# SWAHILI MADE EASY

## Dr. J.F. Safari

**TANZANIA PUBLISHING HOUSE**
**DAR ES SALAAM**

TANZANIA PUBLISHING HOUSE
P.O. BOX 2138
DAR ES SALAAM

*Chapa ya Kwanza 1980*
*Chapa ya Pili 1987*

ISBN 9976 1 0012 4

# CONTENTS

| LESSON | PART TWO | |
|---|---|---|

# DIBAJI

Kiswahili ni lugha ya Afrika Mashariki. Maendeleo ya lugha hii yamekuwa makubwa sana hata kuifanya iwe mojawapo ya lugha maarufu duniani. Licha ya kuwa lugha ya wananchi wa Afrika Mashariki, Kiswahili kinazungumzwa pia katika sehemu kadha za Afrika ya Kati.

Katika sehemu mbalimbali za ulimwengu, watu wengi wameingiwa na msisimko wa kujifunza lugha hii maarufu ya Afrika.

Kwa sababu hii "Waswahili" wenye uwezo wa kusaidia ufundishaji na ustawishaji wa Kiswahili nje ya eneo lao wanao wajibu mkubwa wa kutoa msaada huo.

Mmojawapo wa misaada muhimu itakiwayo sasa ni vitabu vya Kiswahili vya kuwasaidia wageni wapendao kujifunza lugha hii.

Ingawa viko vitabu vichache vilivyoandikwa kuhusu somo hili, ukweli ni kwamba vingi kati ya hivyo havitoshelezi wala kukidhi haja ya hivi sasa.

Kitabu hiki kilichoandikwa na Dr. Safari ni matokeo ya utafiti na majaribio ya muda mrefu. Majaribio ya kitabu hiki aliyafanya na vikundi mbalimbali vya wageni aliokuwa anawafundisha Kiswahili. Majaribio haya ameyafanya na vikundi vya Wajerumani wakati alipokuwa Ujerumani na wageni kutoka nchi zingine waliokuja kuitumikia Tanzania. Kutokana na utafiti na majaribio yake naweza kusema kuwa kitabu hiki kimetungwa kwa kufuata misingi ya utaalamu wa lugha.

Ingawa majaribio mengi yamefanywa kwa kutumia vikundi vya wageni, hii haina maana kuwa watu wengine hawawezi kufaidika na yaliyomo katika kitabu hiki. Ni matumaini yangu kuwa hata Watanzania na Waafrika wengine wenye ari ya kujifunza Kiswahili watanufaika na kazi hii.

Mwisho natoa pongezi kwa mwandishi kwa juhudi yake hii na namwombea heri na ufanisi zaidi katika ujenzi, ustawishaji na uenezaji wa lugha hii ya Kiswahili.

G.A. Mhina

ALIYEKUWA MKURUGENZI WA

TAASISI YA UCHUNGUZI WA KISWAHILI

CHUO KIKUU CHA DAR ES SALAAM

# INTRODUCTION

Africa has more languages than any other continent. Swahili is one of these languages. It belongs to a group called "Bantu". One of the characteristics of the Bantu languages is lack of articles and gender (masculine, feminine, neuter). The nouns in these tongues are grouped into "classes" by means of their nominal prefixes, e.g. *m, wa, ki,* and *vi,* as will become clearer in the course of this study.

The name "Swahili" is derived from the Arabic word *sawahel,* which means "coasts". Swahili is therefore the language of the people of the coast of East Africa. Although it contains a number of loan words, mostly from Arabic, Swahili is essentially an African language. In the nineteenth century, Bishop Steere of Zanzibar regarded Swahili as a key to the understanding of the culture of East Africa. His remark was very much to the point, for by learning Swahili one learns at the same time the cultural values of the Swahili-speaking people.

Until now most of the books that are used by adult foreign students of Swahili were written in Europe or America by non-Swahili-speakers. Valuable as these books may be, they tend to be professional and too detailed, so much so that they discourage new learners. The author became aware of this fact when he was teaching "Swahili for Beginners" in West Germany (1970 — 73), and in Tanzania (1974 — to date).

This book is, therefore, a result of many years of teaching experience. The author has, with the help of his students (from all walks of life, and from different countries) written this book to meet a real need, the need of a foreign student who is coming in contact with Swahili for the first time. While avoiding unnecessary details and linguistic technicalities, the book covers all the essential parts of speech of the Swahili language. The exercises have been carefully prepared and tested in class with various groups of students. They are designed to help the students learn correct Swahili by easy and rapid stages.

The book is in two parts. The first part consists of progressive lessons with test exercises. The second part is in form of a story about everyday events in the life of a Swahili family. At the end of each lesson there are comprehension and conversation exercises. It is taken for granted that the student is well prepared to follow Swahili as it is spoken. A certain amount of vocabulary is given at the beginning of each lesson. This, however, is not meant by any means, to be exhaustive. In case one does not understand the meaning of a word used in the text, reference should be made to the vocabulary and the translation provided at the end of the book. Useful phrases are another feature of the second part. They are provided for reference, and should be studied leisurely.

Nouns and verbs are listed in the appendix. The nouns are arranged according to their nominal prefixes, and the verbs are listed alphabetically by their stem forms. It is the sincere hope of the author and all those who helped him in this task that enough guidelines and exercises have been given to enable foreign students not only to acquire knowledge of written Swahili but also to develop a habit of speaking it fluently. Remember: "Practice makes perfect."

Attention is drawn to the fact that the Swahili English and English-Swahili vocabulary contains only words used in the exercises. It follows therefore, that words in the lists of useful phrases should be learnt where and when they appear. The English-Swahili word list is very short due to the fact that exercises in English are few. The experience of the present writer and that of many who have taught Swahili to foreign students confirms the statement that: "Swahili is an easy language, its use is widespread, and it may be that there is no language easier to learn. There are no real difficulties of pronunciation, and none of spelling."

The writer, therefore, assures the foreign student of success once he begins seriously to learn this beautiful and useful African Language. Although this manual has been especially prepared for use by foreign students, it will, no doubt, be found useful also by Swahili-speaking students. General teaching experience proves that what is framed for a special group (in this case, the foreign student) is almost always found useful in the education of other groups as well.

This book lays no claim to being original, or possessing a magical key to easy learning, but it has one claim to make — it has been written by a Swahili-speaking author with the help of Swahili students from all over the world (East Africa,

Japan, India, China, U.K., U.S.A., France, Italy, Brazil, Egypt, Algeria, Nigeria, Zambia, Ethiopia, Somalia, Burundi, Lesotho, Malawi, Sri Lanka, etc.) who joined the writer's course: "Swahili for Beginners."

In conclusion, the author would like to express his deep gratitude to all those who helped him to make this book a reality. Special thanks are due to Mr. C. Kapinga for his valuable suggestions, to Mr. G. Mhina for his encouragement and for writing a foreword to this edition, and last but not least to all his students, who are too many to mention individually by name.

J.F.S.

# Part One

---

## LESSONS ONE — TWENTY EIGHT

# LESSON ONE
## THE SWAHILI PRONUNCIATION

It is not difficult to pronounce Swahili if one observes the following rules:

All consonants, except *G*, have the same sounds as in English. The Swahili *F* is always pronounced as the English *f* in *"fit"*, *"fair"*; it is never pronounced as the *f* in "of" which sounds like the Swahili *v*.

*G* is always hard, as in English, "go", "good".

*S* is always pronounced like the *s* in "soft," and never like the *s* in "visit".

Two consonants are sometimes used to produce one sound, thus: *CH* has the same sound as in English, "change", "check". *DH* sounds like the *th* in "father", feather". *SH* has the same sound as the word, "shake". *TH* sounds something like the sound in "thin", "think".

The sounds *dh* and *th* are Arabic and many good Swahili speakers find them difficult to pronounce. They often say *z* and *s* for *dh* and *th* respectively.

A few words give trouble even to Swahili-speakers. They are: *ghali*, "expensive", *ghafula*, "suddenly", *lugha*, "language", *gharama*, "expenses", etc. Some pronounce these words as if they were written with a hard *g* while others try to retain the Arabic guttural sound *gh*. Swahili has five vowels. They are: *a, e, i, o, u*. Each vowel has only one sound.

*a* is always like the *a* in "father"; e.g. *baba*, "father".
*e* is always like the *e* in "weigh"; e.g. *wewe*, "you".
*i* is always like the *ee* in "see"; e.g. *sisi*, "we".
*o* is always like the *aw* in "law"; e.g. *soko*, market".
*u* is always like the *oo* in "cook"; e.g. *kuku*, "hen'.

The vowels are sometimes used together like this: *saa*, "watch, hour"; *taa*, "lamp" etc. Each vowel must be pronounced distinctly because they belong to different words; e.g. *kufa*, "to die", is distinguished from *kufaa*, "to be useful," by the doubling of the final *a*. So, too, *kukata*, "to cut", and *kukataa,* "to refuse"; *kuku,* "hen", and *kukuu,* "old, ancient". These words are further distinguished by the accent which falls on different syllables according to the rule given below.

The Swahili accent is constant and falls on the second to last syllable. e.g. *Kitabu,* "book", Kiswahili, etc. There is only one exception to this rule, the word *bara'bara,* "exactly", which has the accent on the third from last syllable. This distinguishes it from another word with the same spelling: *baraba'ra,* "road" which has the usual accent on the second from last syllable.

## LESSON TWO
## SWAHILI GREETINGS AND MANNERS

*Jambo* is the commonest form of greeting used in East Africa. It is used from morning till evening to greet friends, relatives, visitors and strangers. It is a corruption of *Hujambo?* "How are you?" and *Sijambo* "I am well". It also means "Hello", "good morning", "good day", etc.

The answer to *Jambo* is *Jambo,* and to *Hujambo?* is *Sijambo. Habari gani?* "what is the news?" "How are you?" is also used after *Jambo,* or even instead of it. Swahili-speaking people, like all other Africans, have a long litany of greetings as follows:

AMINA:Hujambo Tatu?
TATU: Sijambo, habari gani?
AMINA: Nzuri tu, habari za nyumbani?
TATU: Nzuri, habari za watoto?
AMINA: Nzuri, habari za bibi na shangazi?
TATU: Nzuri.


The meaning of the above greetings is as follows: Amina starts by saying *Hujambo?* "How are you?" and Tatu says *Sijambo!* "I am well", and then they ask each other about their relatives at home, and each answers, as usual, *Nzuri,* "well". Social change, especially in towns, is affecting this custom. Many people cut short the greetings because of work and other duties.

*Hodi* is another form of greeting. It is used by visitors (before they enter the house) to announce their arrival to their hosts inside the house. It is not used in the streets except when one wants to push one's way through a crowd. *Hodi* may be compared to the European custom of knocking at the door. As Swahili doors are always open when people are around, it was necessary to invent a way of announcing one's arrival to the inmates of a house.

The answer to *hodi* is *karibu*, "you are welcome". To make sure that you are really welcome to the house, wait for another *karibu* or *karibu ndani!* "come in". If there are two or more visitors, the answer will be *karibuni*. While inside the house, you may hear: *Karibu kiti,* "Won't you sit down?" To which you answer, *Asante.* "Thank you". Some people say *starehe,* "I am comfortable", instead of *asante.* You are free to use either form.

You may also be told *Karibu chai,* " Welcome to a cup of tea". It is good manners not to refuse to partake of anything offered. Total refusal may be regarded as an insult, especially if you belong to a different ethnic group or social class. Take a little as a token of good will and appreciation of their hospitality.

*Shikamoo* is yet another form of greeting which is widely used to greet those higher in social status or older in age. The answer is *marahaba.* No English equivalent is known to the author. It is a greeting as well as an expression of respect due to old men and rulers in the traditional Swahili communities.

When greeting a person who is afflicted by some disaster, such as death of a near relative, disease or loss of property, say *pole* "sorry", "take it easy", after *jambo* or *habari gani?* The answer to *pole* is *asante,* "thank you", or *nimekwisha poa,* "that's how things are with me." Don't confuse it with *polepole,* "slowly". After greeting people, we sometimes wish to congratulate them on any happy event, e.g. marriage, birth of a child, etc., so we say, *hongera,* "congratulations". The answer to *hongera* is *asante.*

When leaving you say: *Kwa heri,* "good bye". If you are taking leave of more than one person say: *Kwa herini,* "good bye". The answer to *kwa heri* is *kwa heri.* If two or more persons are leaving, you say to them: *Kwa herini,* "good bye", or "may you fare well!" Some people like to say: *Tutaonana,* "I

3

will be seeing you again". Literally, however, the phrase means: "we shall meet", or "we shall see each other again." Many Swahili-speakers say *tutaonana* after *kwa heri,* while some simply say *tutaonana* instead of *kwa heri.* Yet others say *kwa heri ya kuonana,* "good bye, see you again".

## EXERCISE 1

1. What is the answer to *Hodi?*
2. What is the answer to *Hujambo?*
3. What is the answer to *Habari gani?*
4. What does *Karibu kiti* mean? How do you answer back?
5. When is *Shikamoo* used and what is the answer to it?
6. What is the plural of *Karibu?*
7. When leaving what do you say?
8. What do you say when pushing your way through a crowd?
9. What do you say to someone afflicted or hurt?
10. What is the answer to *Pole?*
11. How would you congratulate someone in Swahili?
12. What is the answer to *Hongera?*

## LESSON THREE
## THE CLASSIFICATION OF SWAHILI NOUNS

Swahili is one of the African languages known as Bantu. One of the characteristics of these languages is the division of nouns into classes, and not into masculine, feminine and neuter genders. The noun classes are distinguished by their nominal prefixes. Swahili nouns, therefore, consist of a root of the word and a prefix, as follows:

From the stem *-tu,* and the prefix *m* we get *mtu,* "a person", "a human being". Likewise, from the root *tu* and the prefix *ki* we get *kitu,* "a thing", "something". The plurals of these two words are formed from the same root with the prefixes *wa* and *vi* respectively; thus:

*watu,* "people"; *vitu,* "things".

For the sake of classification we count *mtu, watu,* as one class, and *kitu, vitu,* as another class. In the following pages we are going to deal with each class separately. There are eight classes but most of the nouns are found in the first five classes, as will be seen below.

4

# THE M-WA CLASS

In this class the nouns begin with *m* in the singular and *wa* in the plural. They usually denote human beings. They are:

| | |
|---|---|
| *mtu*, man, person | *watu*, people, persons |
| *mke*, wife | *wake*, wives |
| *mume*, husband | *waume*, husbands |
| *mgeni*, guest, stranger | *wageni*, guests, strangers |
| *mtoto*, child | *watoto*, children |
| *mpishi*, cook | *wapishi*, cooks |
| *mganga*, doctor | *waganga*, doctors |
| *mzee[1]*, old man | *wazee*, old men |
| *mgonjwa*, sick person | *wagonjwa*, sick persons |
| *mlevi*, drunkard | *walevi*, drunkards |
| *mkulima*, farmer | *wakulima*, farmers |
| *mkurugenzi*, director | *wakurugenzi*, directors |
| *mvulana*, boy | *wavulana*, boys |
| *msichana*, girl | *wasichana*, girls |
| *Mzungu*, European | *Wazungu*, Europeans |
| *Mhindi*, Indian | *Wahindi*, Indians |
| *mtumishi*, servant | *watumishi*, servants |

Two nouns which do not denote human beings are:

| | |
|---|---|
| *mdudu*, insect | *wadudu*, insects |
| *mnyama*, animal | *wanyama*, animals |

Whenever the root of a noun belonging to this class begins with a vowel, *w* is inserted between the root and the prefix *m*, e.g. — *alimu* becomes *mwalimu*; — *ana* becomes *mwana*, etc.
     The following are   among the commonest nouns of this kind.

| | |
|---|---|
| *mwalimu*, teacher | *walimu*, teachers |
| *mwanamke*, woman | *wanawake*, women |
| *mwanaume*, man | *wanaume*, men |
| *mwana*, one's own child | *wana*, one's own children |
| *mwanadamu*, human being | *wanadamu*, human beings |
| *mwanafunzi*, student | *wanafunzi*, students |

---

1. *mzee* is not only an old man, but also a wise, honourable man.

| | |
|---|---|
| *mwenzi*, companion | *wenzi*, companions |
| *mwenyewe*, oneself | *wenyewe*, themselves |
| *mwenyeji*, inhabitant | *wenyeji*, inhabitants |
| *mwizi (mwivi)*, thief | **wezi (wevi)[1]**, thieves |
| *mwongo*, liar | *waongo*, liars |

## EXERCISE 2

Translate the following words into English:

1. Wanafunzi, wezi, wanawake, wenzi, mgeni, mtumishi.
2. Mlevi, mke, mume, mkurugenzi, mpishi, mzee, mwongo.
3. Mtu, mwana, mgonjwa, msichana, mvulana, mtoto, mwizi.

Change into the plural:

4. Mwongo, mwizi, mwenzi, mwanamke, mwanamume, mume, mwalimu.
5. Msichana, mwanadamu, mzee, mwanafunzi, mtoto, mgeni.

The following nouns denote human relationships:

| | |
|---|---|
| *baba*, father | *baba*, fathers |
| **mama**, mother | *mama*, mothers |
| *dada*, sister | *dada*, sisters |
| *babu*, grand-father | *babu*, grand-fathers |
| *bibi*[1], grand-mother | **bibi**, grand-mothers |
| *shangazi*, aunt | **shangazi**, aunts |
| *rafiki*[2], friend | *rafiki*, friends |
| *adui*, enemy | *adui*, enemies |
| *ndugu*, relative | *ndugu*, relatives |
| *kaka*, elder brother | *kaka*, elder brothers |
| *bwana*, master | *bwana*[3], masters |

The following nouns denote disabled persons:

| | |
|---|---|
| *kipofu*[4], a blind person | *vipofu*, blind persons |

---

1. *wezi*, and *wevi*, are formed from *waizi* and waivi. In cases like this one the *ai* changes into *e*.

1. *bibi*, means also lady, and has *mabibi* for plural.
2. *marafiki* is often heard as the plural of *rafiki*.
3. *mabwana* is also used to mean masters, lords.
4. The prefix *ki* (plural *vi*) is usually used for things. It is beyond the scope of this work to grapple with the ethnolinguistic problem as to why the Swahili use these prefixes to denote disabled persons. This is something you can discuss with your teacher.

6

*kiziwi*, a deaf person      *viziwi*, deaf persons
*kiwete*, a lame person      *viwete*, lame persons

Two nouns beginning with *ki-* which show no disability are:
*kijana*, a young person      *vijana*, young persons
**kiongozi**, a leader      *viongozi*, leaders

## LESSON FOUR
## THE SWAHILI ADJECTIVE

In Swahili the adjectives agree with the nouns they qualify both in number and in nominal prefixes. With the exception of *kila*, "each", "every", all adjectives follow their nouns.

e.g. *kila mtoto*, "every child", but
*mtoto mdogo*, "a small child"

The following is a list of Swahili adjectives. It is not exhaustive. It contains, however, most of the commonly used adjectives. Note that those which are preceded by a dash, take the nominal prefixes, and those which are not preceded by a dash do not take any prefix:

— *dogo*, small, little
— *kubwa*, big, great
— *refu*, long, high
— *fupi*, short, shallow
— *zuri*, nice, pretty
— *baya*, bad, ugly
— *kali*, sharp, fierce
— *pole*, mild, gentle
— *kavu*, dry
— *bichi*, unripe, raw
— *bovu*, rotten, broken
— *pana*, wide
— *embamba*, slender
— *zito*, heavy
— *ema*, kind, good
— *ekundu*, red
— *eusi*, black
— *eupe*, white

— *gumu*, hard, difficult
— *zima*, whole, living
— *pya*, new
— *chungu*, bitter
— *tamu*, sweet
— *chache*, few
— *nene*, fat
— *nono*, fat (animal)
— *chafu*, dirty
— *vivu*, lazy
— *kuu*, great
— *tupu*, empty
— *ote*, all, whole
— *epesi*, light
— *erevu*, cunning
— *ingi*, much, many
— *ingine*, other

The following adjectives do not take nominal prefixes:

*bora*, excellent,
*hafifu*, poor (quality)
*hodari*, brave, skilful
*ghali*, expensive
*haba*, few, rare
*kamili*, complete
*tajiri*, rich
*tele*, abundant

*safi;* clean
*rasmi*, official
*halisi*, genuine
*rahisi*, cheap, easy
*imara*, firm, strong
*laini*, soft
*maskini*, poor

Here are some examples of adjectives agreeing with their nouns:

| Singular | | Plural |
|---|---|---|
| *mtoto mdogo,* | a small child | *watoto wadogo* |
| *mwalimu hodari,* | a good teacher | *walimu hodari* |
| *kitabu cheusi,* | a black book | *vitabu vyeusi* |
| *mtu mwerevu[1],* | a cunning man | *watu werevu* |
| *mwizi mkubwa,* | a big thief | *wezi wakubwa* |
| *uso mweupe,* | a white face | *nyuso nyeupe* |
| *lugha rahisi,* | an easy language | *lugha rahisi* |

## EXERCISE 3

Add the right prefixes to each of the following adjectives (in brackets):

1. *Mgeni* (safi)
2. *Watu* (ekundu)
3. *Walevi* (ingi)
4. *Wapishi* (hodari)
5. *Wagonjwa* (chache)
6. *Watoto* (eusi)
7. *Mwalimu* (eupe

11. *Baba* (kali)
12. *Wake* (hodari)
13. *Wanaume* (zito)
14. *Watoto* (fupi)
15. *Wazee* (refu)
16. *Mgonjwa* (epesi)
17. *Mwanamke* (bora)

---

1. The plural of adjectives beginning with *e* is *we* in the *m/w* class, *vye* in the *ki/vi*; *nye* in *m/mi*; *me* in *ma*; *nye* in N; *pe* in *pa*. For the plural of U class see N, i.e. *nye*. Likewise. — *ote* has *wote, vyote* etc. e.g. *watu wote,* " all people", *vitu vyote,* "all things", *pahali pote,* "all places", *miti yote,* "all trees", *nyumba zote,* "all houses", etc.

8

8. *Mke* (ema)
9. *Wanaume* (hodari)
10. *Watu* (ote)

18. *Wanafunzi* (ingi)
19. *Mpishi* (zuri)

## EXERCISE 4

Using the word *ni* to translate "is" and "are", change the following into the plural forms:
1. Mpishi ni mganga hodari na kipofu ni mtu mzuri.
2. Mgeni ni mwanamke mzuri na ni mke hodari.
3. Mzee ni mlevi mkubwa na msichana ni mwanamke mdogo.
4. Mwizi ni mwerevu na ni mtu mwongo na mbaya
5. Mwalimu ni mtu mwema na ni baba mzuri.
6. Mtumishi ni mtu mfupi na mwerevu.

## EXERCISE 5

Translate into Swahili:
1. Mothers are good cooks; doctors are good people.
2. Men and women are people; children are small people.
3. Servants are nice men; servants are women.
4. The visitors are tall men; the visitors are white men.
5. Tatu is a good wife and Mashaka is a good child.
6. Many men are good husbands and many women are good wives.
7. Many pupils are small children and many teachers are old men.
8. Many people are sick, few men are doctors.
9. Many guests are tall people, few are short.
10. Amina is an excellent teacher and a very good mother.
11. Blind men are few; blind women are many.
12. The children are all white and the old men are all black.

## LESSON FIVE
## THE M-MI CLASS

In this class we find names of trees, members of the human body, household articles, and so physical phenomena. Example:

**Singular**
*mti,* tree

**Plural**
*miti,* trees

| | |
|---|---|
| mkono, hand, arm | mikono, hands, arms |
| mguu, leg, foot | miguu, legs, feet |
| mgongo, back | migongo, backs |
| mdomo, mouth, lip | midomo, mouths, lips |
| mwili, body | miili, bodies |
| moyo, heart | mioyo, hearts |
| moto, fire | mioto, fires |
| moshi, smoke | mioshi, smokes |
| mto, river | mito, rivers |
| mji, town, city | miji, towns, cities |
| mkate, bread | mikate, bread (loaves of) |
| mstari, line | mistari, lines |
| mtende, palm tree | mitende, palm trees |
| mwaka, year | miaka, years |
| mwezi, moon, month | miezi, moons, months |
| mwanzo, beginning | mianzo, beginnings |
| mwisho, end | miisho, ends |

The adjectives which qualify these nouns take *m* and *mi*, thus: *mti mrefu*, "a tall tree"; *miti mirefu*, "tall trees"; *mwanzo mzuri*, "a good beginning", (pl.) *mianzo mizuri*.

Using *ni* for *is* and *are*, we have: *Mtende ni mti mrefu*, "A palm tree is a tall tree". *Nairobi ni mji mkubwa*, "Nairobi is a big city". *Mwanzo mzuri na mwisho mbaya*, "A good beginning and a bad end".

Using *ana* for "he, she, has", and *wana¹* for "they have" translate the following into Swahili (e.g. for No. 1 the translation is: *Mtoto mdogo ana mikono na miguu midogo)*:

## EXERCISE 6
1. A small child has small hands and small legs.
2. Short men have short legs and tall men have long legs.
3. She has a good heart and nice lips.

---

1. *Ana* means "he/she has", but it is used even when the subject precedes it; e.g. *Ana mtoto mdogo*, "he/she has a small child". So too *Tatu ana mtoto mdogo*, "Tatu has a small child". Likewise, *wana*, "they have": *Wana watoto wengi*, "they have many children". Again, *Wanawake wana watoto wengi*, "Women have many children."

4. The beginning is difficult but the end is easy.
5. Teachers and doctors have kind hearts.
6. Patients are many but doctors are few.
7. Palm trees are very tall and have long roots.[1]
8. Light hearts are good but heavy hearts are also good.
9. Mashaka has long legs and a big mouth.
10. Long years are many but short years are few.
11. Old men have heavy bodies and light legs.

## LESSON SIX
### THE KI-VI CLASS

Nouns in this class denote things. There are a few nouns which denote living things (see *Lesson Three*).
Here are the commonest nouns in this class.

| | | | |
|---|---|---|---|
| *kitu,* thing | *vitu,* things |
| *kiti,* chair | *viti,* chairs |
| *kitabu,* book | *vitabu,* books |
| *kisu,* knife | *visu,* knives |
| *kitanda,* bed | *vitanda,* beds |
| *kikombe,* cup | *vikombe,* cups |
| *kikapu,* basket | *vikapu,* baskets |
| *kichwa,* head | *vichwa,* heads |
| *kiatu,* shoe | *viatu,* shoes |
| *kiazi,* potato | *viazi,* potatoes |
| *kifua,* chest | *vifua,* chests |
| *kidole,* finger | *vidole,* fingers |
| *kijiko,* spoon | *vijiko,* spoons |
| *kisima,* well | *visima,* wells |
| *kisiwa,* island | *visiwa,* islands |

The adjectives agreeing with this class have *ki/vi* prefixes, e.g.
*kitabu kizuri,* "a nice book"; *vitabu vizuri,* "nice books".

### EXERCISE 7

Translate into Swahili:
1. Long fingers.
2. He has a big head.
3. She has a long bed.
4. Many potatoes
5. Very nice shoes.
6. Thieves have broad chests.
7. Sharp knives.
8. A big basket.

---

1. *Mzizi,* "root"; *mizizi,* "roots"; mkia, mikia, "tail(s)".

Some nouns in this class begin with *ch* and *vy*, e.g.:

chakula, food              vyakula, foods
cheti, certificate         vyeti, certificates
cheo, rank, measure        vyeo, ranks, measures
choo, toilet               vyoo, toilets
chombo, vessel             vyombo, vessels
chuma, iron                vyuma, pieces of iron
chumba, room               vyumba, rooms

Adjectives also begin with *ch* and *vy* if the stems begin with
vowel. e.g. -eusi: *kiatu cheusi* "a black shoe"; *viatu vyeusi* "blac
shoes". Likewise, "a light basket" *kikapu chepesi*. "ligh
baskets" *vikapu vyepesi*.

## EXERCISE 8

Add the correct nominal prefixes to the following adjective:
(in brackets):

1. vitabu (eusi)              9. chakula (dogo)
2. viti (epesi)             10. vyakula (dogo)
3. chumba (eupe)            11. vitu (ingi)
4. kikombe (dogo)           12. vyuma (kubwa)
5. chuma (laini)            13. viti (refu)
6. chombo (embamba)         14. visu (kali)
7. mtoto ana viazi (eupe)   15. viazi (ghali)
8. watoto wana viazi (eupe) 16. viazi (rahisi)
                            17. kikombe (dogo)

## LESSON SEVEN
## THE N CLASS

Although this class is known as the N class, not every noun in
this class begins with an N. The nouns in this class, however,
have one thing in common: they retain the same form for
both singular and plural, as will be shown below:
Nouns that begin with N:

| | |
|---|---|
| *ndege,* bird(s); aircraft | *nyoka,* snake(s) |
| *ndizi,* banana(s) | *nyumba,* house(s) |
| *ngoma,* drum(s) | *nyuki,* bee(s) |
| *ng'ombe,* cow, cattle | *njaa,* hunger, famine |
| *ngurumo,* thunder(s) | *njia,* way(s) |
| *nguvu,* strength(s) | *njugu,* peanut(s) |
| *nguo,* cloth, clothes | *nzige,* locust(s) |

Some nouns which have *b* and *v* in the root change N into M, thus: *nb* becomes *mb,* as in: *mbwa* "a dog, dogs"; *mbu* 'mosquito(s) ; *mbegu* "seed(s)"; *mboga* "vegetable(s)"; *nv* becomes *mv,* as in: *mvua* "rain(s)"; *mvi* 'gray hair(s)' ; *mvinyo* "wine, spirits".
The following nouns belong to the N class although they do not begin with *N:*

| | |
|---|---|
| *barua,* letter(s) | *ardhi,* earth, land |
| *bahasha,* envelope(s) | *asali,* honey |
| *barabara,* road(s) | *asubuhi,* morning |
| *chumvi,* salt | *anga,* sky |
| *chupa,* bottle(s) | *habari,* news |
| *faida,* profit | *hatari,* danger |
| *fedha,* money | *hesabu,* sums, arithmetic |
| *furaha,* joy | *meza,* table(s) |
| *huzuni,* sadness | *saa,* hour(s), watch(es) |
| *kalamu,* pencil(s) | *taa,* lamp(s) |
| *nazi,* coconut(s) | *siku,* day(s) |

Adjectives qualifying nouns of the N class take the N prefix or both singular and plural, e.g. *nyumba nzuri,* "nice house(s)"; *ndizi ndogo,* "small banana(s)".

1. Adjectives which begin with *ch, f, k, p, t,* take no prefix.
   e.g. *ndizi chache,* a few bananas
   *njia fupi,* a short way
   *nyumba kubwa,* big house(s)
   *njia pana,* wide, broad way(s)
   *ndizi tamu,* sweet banana(s)
2. N before *b,* like *baya,* and *-pya,* becomes *m,* e.g. *njaa mbaya* "bad famine"; *nyumba mpya,* "new house(s)"
3. For *nr, nd* is used, thus: *njia ndefu* "a long way" (Some

people still say *njia refu*, but this is not accepted in standard Swahili)

Useful Phrases

*habari gani?* what is the news? how are you?
*saa ngapi?* what is the time?
*hatari mbele*, danger ahead
*polepole*, slowly
*chai tayari*, tea is ready
*chai ya rangi*, tea without milk
*kahawa ya rangi*, coffee without milk
*weka chai mezani*, put tea on the table
*karibu chai, ndugu*, welcome to a cup of tea, brother

### EXERCISE 9

Translate into Swahili:

1) sweet coconuts
2) big tables
3) a long hour
4) profit and loss
5) joy and sadness
6) tea and sugar
7) bread and meat
8) potatoes and salt
9) much money
10) a broad way
11) a few hours
12) a sharp pencil
13) good news or bad news
14) a light bottle
15) long hours

## LESSON EIGHT
## THE MA CLASS

This class has been named after its plural prefix *ma*. It has no singular prefix, or as some say, it lost it in the process of transformation common to all living languages. The singular prefix however, reappears in the verbs and possessive adjectives (*langu, lako, lenu*, etc) as will become clear after we have dealt with verbs and adjectives.
Here are some of the commonest nouns in this class:

*jambo*, matter          *mambo*, matters
*jina*, name             *majina*, names
*jino*, tooth            *meno*, teeth

| | |
|---|---|
| *jicho,* eye | *macho,* eyes |
| *jibu,* answer | *majibu,* answers |
| *jiko,* kitchen | *meko,* kitchens |
| *jiwe,* stone | *mawe,* stones |
| *sikio,* ear | *masikio,* ears |
| *swali,* question | *maswali,* questions |
| *tunda,* fruit | *matunda,* fruits |
| *shamba,* field, farm | *mashamba,* fields, farms |
| *sanduku,* box, suitcase | *masanduku,* suitcases |

The following nouns are used only in their plural form:

| | |
|---|---|
| *mafuta,* oil | *matata,* trouble |
| *maji,* water | *mahindi,* maize |
| *maziwa,* milk | *mazungumzo,* talk, conversation |
| *maradhi,* diseases | *mate,* saliva |
| *majani,* grass | *maajabu,* wonders |

Adjectives remain unchanged in the singular, and have *ma* prefix in the plural. Thus:

*jina zuri,* a good name.
*swali gumu,* a difficult question
*majina mazuri,* good names.
*maswali magumu,* difficult questions.

### EXERCISE 10

Translate into Swahili:
1. The child has nice eyes and big ears.
2. Teachers have sharp eyes and wide ears.
3. The dog has a nice name.
4. The question is difficult but the answer is easy.
5. Old men discuss *(jadili)* important *(muhimu)* matters.
6. The women with big boxes have good news.
7. Small children have water, mothers have milk.
8. Bananas and fruits; houses and doors; fields and grass.
9. Big stones are few but small stones are many.
10. Eyes and ears are wonders; rain and rivers also.

Add the right prefixes:
1. Watoto wana mikono -dogo na macho -kubwa.
2. Wageni ni -ingi na -ote ni watu -zuri.
3. Viti ni -chache na watoto ni -ingi.
4. Ndizi ni matunda -tamu na ni -ingi.
5. Mikate ni -zuri na ni -ingi.
6. Chakula ni -ghali lakini ni -dogo.
7. Kiswahili ni lugha -zuri na -rahisi.
8. Nyumba ni -kubwa lakini vyumba ni -dogo.
9. Milango ni -pana na -zuri lakini -chache.
10. Wagonjwa ni watu -pole na walimu ni watu -bora.

## LESSON NINE
## THE U CLASS

The nouns in this class begin with *u* (or *w* before a vowel) in the singular. Most of them have no plural, and those that do have take the plural form of the *N* class. Many of these nouns are derivative, i.e. they are formed by simply prefixing *u* to the stems of other nouns and adjectives e.g. From *moja,* "one", we get *umoja,* "unity"; from *-zuri,* "beautiful" we get *uzuri,* "beauty".

1. Here are some more nouns formed from other nouns and adjectives:

| | |
|---|---|
| *uzuri,* beauty | *ukubwa,* greatness, size |
| ***urefu,* length, height, depth** | *udogo,* smallness |
| *ufupi,* brevity, shortness | *uzee,* old age |
| *utu,* humanity | *utoto,* childhood |
| *utumwa,* slavery | *ubaba,* fatherhood |
| *wizi,* theft | *ujanja,* cleverness |

2. The following are collective nouns:

| | |
|---|---|
| *unga,* flour | *wali,* cooked rice |
| *udongo,* earth, soil | *ugali,* porridge |
| *uji,* gruel | *ushanga,* bead(s) |
| *utitiri,* crowd (of fleas) | *ufuta,* oil-seed |

3. The following nouns, like those in sections 1 and 2, have no plurals:

| | |
|---|---|
| *usiku,* night, at night | *usingizi,* sleep |
| *umri,* age | *umeme,* electricity |
| *ulimwengu,* universe | *wino,* ink |

4. Some nouns have the prefix *ma* in the plural. e.g.

| | |
|---|---|
| *ugonjwa,* disease | *magonjwa,* diseases |
| *ua,* flower | *maua,* flowers |
| *ugomvi,* quarrel | *magonvi,* quarrels |

5. The following nouns also have plurals:

a)
| | |
|---|---|
| *ubao,* timber | *mbao,* timbers |
| *udevu,* beard | *ndevu,* beard |
| *wimbo,* song | *nyimbo,* songs |
| *uso,* face | *nyuso,* faces |
| *ubavu,* rib | *mbavu,* ribs |
| *wavu,* net | *nyavu,* nets |

b)
| | |
|---|---|
| *ukuta,* wall | *kuta,* walls |
| *upepo,* wind | *pepo,* winds |
| *ufagio,* broom | *fagio,* brooms |

Adjectives which qualify nouns of this class have the *m* prefix
in the singular and *n* in the plural. e.g.

| | |
|---|---|
| *uso mzuri,* "a nice face" | *nyuso nzuri,* "nice faces" |
| *wimbo mzuri,* "a nice song" | *nyimbo nzuri,* "nice songs" |

**ujana ni mzuri,** "youth is good" **No plural**
*ukubwa ni kitu kizuri,* "greatness is a good thing"
*umoja ni nguvu,* "unity is strength" No plural

### EXERCISE 12

Translate into Swahili:
1. Unity is strength; unity is a good thing.
2. Theft is bad, humanity is excellent.
3. Songs are long but sweet.
4. Walls are high and wide.
5. Sleep is good at night.
6. Great age is very good but youth is excellent.
7. Diseases are bad.

8. The universe is big and wide.
9. The flour is good but the loaves of bread are bad.
10. The flowers in the garden (*bustani*) are beautiful.


## LESSON TEN
### THE PA AND KU CLASS

These two classes can be treated together, for they are simple and short. The *PA* class has only one word, *pahali*, "a place" or "places". This word is sometimes replaced by *mahali*, whose meaning is the same. Adjectives qualifying this noun take the *pa* prefix. e.g. *pahali (mahali) pazuri*, "a good place, good places". *Mahali pabaya* "a bad place, bad places".

The *KU* class contains all the verbs serving as nouns. As we shall see shortly, Swahili infinitives (nouns derived from verbs) begin with *KU*. e.g. *Kusoma*, "to read, or reading".

The adjectives also take the *KU* prefix. Thus: *Kusoma ni kuzuri*, "reading is good". *Kuimba kwingi ni kubaya*, "Much singing is bad". *Kula sana ni kubaya*, "Too much eating is bad".


## *EXERCISE 13*

Translate into Swahili:
1. Reading is good but too much reading is bad.
2. Big hotels have many rooms and nice beds.
3. Arusha is a big place; it has many people. At night there is nice singing and dancing *(kucheza dansi)*.
4. The world is a beautiful place.
5. Walls are hard.
6. Eating bananas only *(tu)* is a bad habit *(tabia)*.

N.B. More verbs will be given later on. You may use any of them as a noun following the rules given above.


## LESSON ELEVEN
### SWAHILI NUMBERS

Numbers one to five take nominal prefixes, the rest do not.

1,  moja, *mtu mmoja*, "one man"; *kitabu kimoja*,
    "one book".

18

| | |
|---|---|
| 2, | mbili (-wili), *watu wawili,* "two men"; *vitabu viwili,* "two books". |
| 3, | tatu, *watu watatu,* "three men"; *viti vitatu* "three chairs". |
| 4, | nne, *watu wanne,* "four men"; *viti vinne,* "four chairs". |
| 5, | tano, *watu watano,* "five men"; *viti vitano,* "five chairs". |
| 6, | sita, *watu sita,* "six men"; no prefix up to ten. |
| 7, | saba, |
| 8, | nane, |
| 9, | tisa, |
| 10, | kumi, |
| 11, | kumi na moja, 12, kumi na mbili, etc... |
| 20, | ishirini, |
| 21, | ishirini na moja, 22, ishirini na mbili, etc... |
| 30, | thelathini, |
| 31, | thelathini na moja, 32, thelathini na mbili, etc.... |
| 40, | arobaini, |
| 41, | arobaini na moja, 42, arobaini na mbili, etc.... |
| 50, | hamsini, |
| 51, | hamsini na moja, 52, hamsini na mbili, etc.... |
| 60, | sitini, |
| 61, | sitini na moja, 62, sitini na mbili, etc... |
| 70, | sabini, |
| 71, | sabini na moja, 72, sabini na mbili, etc... |
| 80, | themanini, |
| 81, | themanini na moja, 82, themanini na mbili, etc.... |
| 90, | tisini, |
| 91, | tisini na moja, 92, tisini na mbili, etc... |
| 100, | mia *or* mia moja, 101, mia moja na moja, |
| 102, | mia moja na mbili, etc... |
| 110, | mia moja na kumi, |
| 111, | mia moja na kumi na moja, etc... |
| 1,000, | elfu moja *or* alfu moja, |
| 1,001, | elfu moja na moja, |
| 1,010, | elfu moja na kumi, etc... |
| 10,000, | elfu kumi, |
| 100,000, | mia moja elfu *or* laki moja, |
| 1,000,000, | milioni moja. |

*mara moja,* once, at once

*mara mbili,* twice

*mara sita,* six times

*mara saba,* seven times

*-ngapi?* how many?

**kiasi gani?** how much?

*asilimia,* percent, percentage

*kutoa,* to subtract, minus

**kujumlisha,** to add

*kuzidisha,* to multiply

**kugawanya,** to divide

e.g. mbili mara mbili (2 x 2)

e.g. tatu mara sita (3 x 6)

e.g. *watu wangapi,* "how many people?"

*vitabu vingapi,* "how many books?"

e.g. *sukari kiasi gani,* "how much sugar?"

e.g. *kumi toa saba* (10—7)

e.g. *tano jumlisha na tatu* (5 + 3)

*saba zidisha na saba* (7 x 7)

*sita gawanya kwa mbili* (6 ÷ 2)

*kufanya hesabu,* to count things, to do arithmetic

*jumla,* total.

## EXERCISE 14

Answer in words

1. Je, watu wangapi walifika hapa jana? (say 5)
2. Je, viti vingapi ni vibovu? (say 3)
3. Je, hamsini kutoa ishirini na moja ni ngapi? (50 − 21 = ....)
4. Gawanya thelathini kwa tano (30 ÷ 5 = .....)
5. Write in words: 10,000; 555; 432; 1678.
6. Write and answer in words: 10 x 15 ni 150;
7. 21 + 60 ni 81.
8. 907 − 678 ni ngapi?

## LESSON TWELVE
### COMPARISON

In Swahili adjectives do not change in order to express degrees of comparison. Swahili expresses equality and inequality by using the following words.

1. To express equality (or positive degree) *sawa na* "equal to" or *kama* "as...as", are used. e.g. *Tatu ni mrefu kama wewe,*

"Tatu is as tall as you". *Kusoma ni kugumu sawa na kulima*, Reading is as hard as cultivating".

2. To denote inequality *kuliko* or *zaidi ya*, "more than" are used. e.g. *Tatu ni mzuri kuliko Pendo*, "Tatu is prettier than Pendo".

      *Tatu ni mwema zaidi ya Pendo*, "Tatu is kinder than Pendo".

3. To express the highest degree (superlative) *-ote*, is used after the words *kuliko* or *zaidi ya*, e.g.

a) *Babu ni mzee kuliko wote*, "Grand-father is the oldest of all".

b) *Ana kitabu kizuri kuliko vyote*, "He has the nicest book".

c) *Ana akili zaidi ya watoto wote*, "She is the most intelligent child".

As you may have noticed, *-ote*, "all", agrees with the nouns being compared and takes their nominal prefixes. Compare a) and b) above and you will see that *-ote* takes the plural prefixes.

## EXERCISE 15

Translate into Swahili:
1. Tatu is the nicest girl here but she is not the tallest.
2. Mashaka is as big as you, but he is shorter than you.
3. Kilimanjaro is the highest mountain in[1] Africa.
4. Tanzania is bigger than Kenya but Nairobi is bigger than Dar es Salaam.
5. Is New York the largest city in the world?[2]
6. Learning is better than swimming (use the adjective *bora*)[3].

## LESSON THIRTEEN
## THE SWAHILI VERBS

In the infinitive, all Swahili verbs, as we have already said, begin with *Ku* (i.e. they add the prefix *ku* to the stem) which corresponds to the English word "to" in "to go, to come, etc...."

---

1. "in", is usually not translated when referring to towns, countries and places.
2. "in the world" *-duniani*.
3. Other forms of expressing degrees of comparison include the verbs: *kupita*, to surpass"; *kuzidi*, "to excel"; *kushinda*, to beat".

Here are some of the commonest verbs:

*kusoma*, to read  
*kuandika*, to write  
*kupika*, to cook  
*kula*, to eat  
*kunywa*, to drink  
*kuwa*, to be  
*kufika*, to arrive  
*kuondoka*, to depart  
*kujua*, to know  
*kutaka*, to want, wish  
*kuelewa*, to understand  
*kuchoka*, to be tired  
*kuvaa*, to put on a dress, wear  

*kulala*, to sleep, to lie down  
*kuamka*, to wake up, to get up  
*kuenda (kwenda)*, to go  
*kuja*, to come  
*kurudi*, to come back  
*kurudisha*, to give back  
*kurudia*, to repeat  
*kufunga*, to shut, close up  
*kufungua*, to open  
*kupenda*, to like, to love  
*kucheza*, to play  
*kucheka*, to laugh  

*kuchuma*, to pick (flowers, etc.)

Swahili verbs have four tenses designated by what may be called "tense markers", namely .

*na*, designates the present tense  
*me*, expresses the perfect tense  
*li*, designates the past tense  
*ta*, designates the future tense  

This is the way tenses are expressed in the affirmative, as for the negative tense, see *lesson 17*.

A sentence contains a subject and a predicate. If the subject is a person, the following personal pronouns are used:

| | | | |
|---|---|---|---|
| *ni-*, | I | *tu-*, | we |
| *u-*, | you (sing) | *m*, | you |
| *a-*, | he, she | *wa-*, | they |

To make a Swahili sentence we need:
a) the subject prefixes
b) the tense marker
c) the verb stem, and in the case of monosyllabic verbs, the whole verb. For example, by using the stem *soma*, "read",

22

we can join a, b, c, together to get:

| | |
|---|---|
| *ninasoma*, I read | *tunasoma*, we read |
| *unasoma*, you read | *mnasoma*, you read |
| **anasoma**, he, she reads | *wanasoma*, they read |

This is the present tense. It means, in English, both "I read" and "I am reading". This becomes very clear in the verb *kuenda*, "to go".

a) *mtoto anakwenda shule kila siku*
b) *mtoto anakwenda shule sasa*

*These two sentences convey different ideas. (a) says "the child goes to school everyday", and (b) says "the child is going to school now". It is now easy to add an object: e.g. Ninasoma kitabu kizuri,* "I am reading a nice book"; *Je, unasoma nini?* "What are you reading?" etc.

## The Perfect Tense

| | |
|---|---|
| *nimesoma*, I have read; | *tumesoma*, we have read |
| *umesoma*, you have read; | *mmesoma*, you have read |
| *amesoma*, he has read; | *wamesoma*, they have read |

## The Past Tense

| | |
|---|---|
| *nilisoma*, I read; | *tulisoma*, we read |
| *ulisoma*, you read; | *mlisoma*, you read |
| *alisoma*, he, she read; | *walisoma*, they read |

## The Future Tense

| | |
|---|---|
| *nitasoma*, I shall read; | *tutasoma*, we shall read |
| *utasoma*, you will read; | *mtasoma*, you will read |
| *atasoma*, he, she will read; | *watasoma*, they will read |

## THE MONOSYLLABIC VERBS

These verbs are called monosyllabic because without the prefix *ku*, they have only one syllable each, e.g. *la, ja, fa, nywa, wa*. Taking the verb *kula*, "to eat", we have:

23

## Present Tense

*ninakula,* I eat; I am eating      *tunakula,* we eat; we are eating
*unakula,* you eat; you are eating
     *mnakula,* you eat; you are eating

*anakula,* he, she eats; he is eating
     *wanakula,* they eat; they are eating

## Perfect Tense

*nilikula,* I have eaten;      *tumekula,* we have eaten
*umekula,* you have eaten;      *mmekula,* you have eaten
*amekula,* he, she, has eaten;      *wamekula,* they have eaten .

## Past Tense

*nilikula,* I ate;      *tulikula,* we ate
*ulikula,* you ate;      *mlikula,* you ate
*alikula,* he, she, ate;      **walikula,** they ate

## Future Tense

*nitakula,* I shall eat;      *tutakula,* we shall eat
*utakula,* you will eat;      *mtakula,* you will eat
*atakula,* he, she will eat;      *watakula,* they will eat

*EXERCISE 16*

## Vocabulary

*kuona,* to see      *simba,* lion
*sasa,* now      *tembo,* elephant
*baadaye,* afterwards      *twiga,* giraffe
*kujifunza,* to learn      *mbwa,* dog
*kwa bidii,* with effort      *paka,* cat
*kupiga kelele,* to shout (for help etc...)

Translate into English:
1. Wageni wamefika; mpishi anapika chakula kingi.
2. Wanawake wanapenda maua; wasichana wanachuma maua sasa.

3. Wagonjwa wamelala; mganga amekwenda kuona simba na tembo.
4. Wezi walifungua mlango, lakini nilipiga kelele, wakakimbia.
5. Watoto wamekwenda kuona wanyama.
6. Dada amevaa nguo nzuri sana lakini fupi.
7. Wanafunzi wanacheza sasa, watajifunza baadaye.
8. Mwalimu alieleza kila kitu na watu wote walielewa.
9. Watumishi wanachuma matunda na wanacheka sana.
10. Tulikula viazi na nyama, lakini wageni walikula ndizi.

## LESSON FOURTEEN
## KUWA, KUWA NA, KUWAKO
### THE VERB "TO BE": KUWA

This verb is irregular in the present tense. It has only one form, *ni*, for "am, is, and are". Nouns and independent personal pronouns are used with *ni* and its negative *si*, "am not, is not, and are not". These are:

| | |
|---|---|
| *mimi*,[1] I | *sisi*, we |
| *wewe*, you (singular) | *nyinyi*, you |
| *yeye*, he, she | *wao*, they |

e.g. *mimi ni mwalimu*, I am a teacher.
   *wewe ni mtoto*, you are a child.
   *yeye si mwizi*, he is not a thief.
   *sisi ni wageni Tanzania*, we are strangers in Tanzania.
   *ninyi ni watu wema*, you are kind people.
   *wao si walevi*, they are not drunkards.

*kuwa* is regular in the perfect, past and future tenses: e.g.

**Perfect Tense**
*nimekuwa*, I have been    *tumekuwa*, we have been.

---

1 *mimi, wewe*, etc... are independent personal pronouns. They are not written together with the verbs as are *ni, u, a,* etc... They may be used together with *ni, u, a,* etc... without changing the meaning of the sentence. They add emphasis. e.g. *Mimi nimeona, wewe umeona, yeye ameona*, etc... "I, have seen, you ou have seen; she, she has seen, etc..." *Mimi* is similar to the Latin "ego" or the Italian "io".

*umekuwa*, you have been     *mmekuwa*, you have been.
*amekuwa*, he, she has been     *wamekuwa*, they have been.

**Past Tense**
*nilikuwa*, I was           *tulikuwa*, we were. etc..

**Future Tense**
*nitakuwa*, I shall be       *tutakuwa*, we shall be. etc...

## THE VERB TO HAVE: KUWA NA

The verb *kuwa na*, like *kuwa*, is also irregular in the present tense. It is regular in all other tenses.

**The Present Tense**
*nina*, I have          *tuna*, we have
*una*, you have        *mna*, you have
*ana*, he, she has     *wana*, they have

e.e. *mtoto ana kitabu kizuri*, the child has a nice book.
      *wana visu vikali*, they have sharp knives.
      *wagonjwa wana mganga mzuri*, patients have a good doctor.

**The Perfect Tense**
*nimekuwa na*, I have had    *tumekuwa na*, we have had
*umekuwa na*, you have had   *mmekuwa na*, you have had
*amekuwa na*, he, she has had *wamekuwa na*, they have had

**The Past Tense**
*nilikuwa na*, I had        *tulikuwa na*, we had
*ulikuwa na*, you had      *mlikuwa na*, you had, etc...

**The Future Tense**
*nitakuwa na*, I shall have    *tutakuwa na*, we shall have·
*utakuwa na*, you will have, etc...

## TO BE IN A PLACE: KUWAKO

This verb is also irregular in the present tense. In other tenses it is regular and identical with the verb *kuwa* treated above. *Kuwako* means "to be in a place". It is used to indicate that a thing or person is in a certain place, as contrasted to being in a certain state. e.g. "I am a teacher" and "I am at school" are not the same in Swahili: to be a teacher is a quality, status, while to be at school is not inherent in me as a quality; I am still a teacher even when I sleep at night in my bed. This distinction of being as a status and being in a place is necessary in the present tense. In all other tenses the same form of the verb to be is used to mean to be as a status and to be in a place. The following examples will illustrate this:

Compare: *Tatu ni mwalimu,* Tatu is a teacher.
and *Tatu yuko shuleni,*[1] Tatu is at school.
Again *Tatu alikuwa mtoto,* Tatu was a child.
and *Tatu alikuwa shuleni,* Tatu was at school.
So, too *Tatu atakuwa mama,* Tatu will be a mother.
and *Tatu atakuwa nyumbani,* Tatu will be at home.

## Present Tense

*niko,* I am (in a place) e.g. *niko hapa,* I am here
*uko,* you are (in a place) *uko wapi?* where are you?
*yuko,* he, she is (in a place) *yuko huko,* he is there
*tuko,* we are (in a place) *tuko,* we are here
*mko,* you are (in a place) *mko ndani?* are you inside?
*wako,* they are (in a place) *wako huko,* they are there

## Perfect Tense

*nimekuwa(ko),* I have been (in a place)
*umekuwa(ko),* you have been (in a place)
*amekuwa(ko),* he, she has been (in a place
*tumekuwa(ko),* we have been (in a place)
*mmekuwa(ko),* you have been (in a place)
*wamekuwa(ko),* they have been (in a place)

## Past Tense

*nilikuwa(ko),* I was (there)
*ulikuwa(ko),* you were (there)
*alikuwa(ko),* he, she was (there)
*tulikuwa(ko),* we were (there)
*mlikuwa(ko),* you were (there)
*walikuwa(ko),* they were (there)

---

1 *shule,* "school", is derived from the German "schule", meaning, "school". To express the idea of "at, in, from" school, add the suffix *ni* thus: 'shuleni' *Ni* is added at the end of most common nouns to express the idea of place. e.g. *nyumbani,* "at home", from *nyumba,* "house."

## Future Tense

*nitakuwa(ko),* I will be (there)
*utakuwa(ko),* you will be (there)
*atakuwa(ko),* he, she will be (there)
*tutakuwa(ko),* we will be (there)
*mtakuwa(ko),* you will be (there)
*watakuwa(ko),* they will be (there)

**Note:** *ko* is often replaced by *-po-* and *-mo-,* thus: *mwalimu yumo,* or *yupo,* teacher is present. In everyday language *-ko* is mostly used followed by *-po* and *-mo* in order of frequency. Some authors make distinction between the uses of these terms. You may ignore such a distinction.

### EXERCISE 17

Translate into Swahili
1. Tatu is a teacher, she is at school.
2. We are children, we are at school.
3. Tatu was sick. She was at home.
4. Mother saw Tatu, she was at home.
5. They went to see Tatu, she was at home.
6. They will go to see Tatu, she will be at home.
7. Tatu has many books, she is a teacher.
8. Tatu has a good husband, he is at school.
9. Tatu has clean teeth and nice dresses.
10. Tatu eats good food, and has a strong body.

## LESSON FIFTEEN
### WHO? WHOSE? WHICH? WHAT?

In asking questions about people, things, time or place, the following words are used:
*nani?* who? e.g. *nani wewe?* who are you?
*wa nani?* whose? *mtoto wa nani?* whose child?
*watoto wa nani?* whose children?

Likewise, "whose book?" *kitabu cha nani?*
"whose books? *vitabu vya nani?*

It is obvious from the examples given here that "whose" *(-a nani)* in Swahili takes class prefixes. It is composed of: *-a,* "of" and *nani,* "who". For more on nominal prefixes, see *Lesson 20).*
*nini?* what? e.g. *anasema nini?* what does he say?

*wapi?* where? e.g. *unakwenda wapi?* where are you going?
*hapa,* here. e.g. *nani yupo hapa?* who is here?
*lini?* when? e.g. *lini alikuja hapa?* when did he come here?
*kwa nini?* why? e.g. *kwa nini unacheka?* why are you laughing?
*kwa sababu,* because e.g. *ninacheka kwa sababu nimefurahi,* I am
laughing because I am happy.

| | |
|---|---|
| -pi? which? | *mtoto yupi*[1]? which child? |
| ki/vi | *kitabu kipi?* which book? |
| | *vitabu vipi?* which books |
| m/mi | *mti upi?* which tree? |
| | *miti ipi?* which trees? |
| N/N | *nyumba ipi?* which house ? |
| | *nyumba zipi?* which houses? |
| J/Ma | *jina lipi?* which name? |
| | *majina yapi?* which names? |
| U | *ukuta upi?* which wall? |
| | *kuta zipi?* which walls? |
| PA | *pahali gani?* which place? (Here we use another word, as *pahali papi* is not usual. Likewise, we say, *kula gani?* what kind of eating?) |

## SOME ADVERBS OF TIME

| | |
|---|---|
| *juzi,* day before yesterday | *mwaka jana,* last year |
| *jana,* yesterday | *mwaka uliopita,* last year |
| *leo,* today | *mwezi uliopita,* last month |
| *kesho,* tomorrow | *wiki iliyopita,* last week |
| *kesho kutwa,* day after tomorrow | *mwaka ujao,* next year |
| *juzi na jana,* day before yesterday and yesterday | *mwezi ujao,* next month |
| *juzi juzi,* a few days ago | *wiki ijayo,* next week |

---

1. The plural of *mtoto wapi?* "which child?" is not *watoto wapi?* but, *watoto gani?* "which children?" The word *wapi* may lead to a misunderstanding, as *wapi* also means "where". So, *watoto wapi?* may be mistaken for "where are the children?"

# ON THE USE OF JE

The word *je* is used to introduce a question and has no special meaning. As no change occurs in the structure of the sentence when asking questions in Swahili, *je,* is a useful device for calling attention to the question being asked. Compare the following two sentences, one is a question, the other is not:

   a) *Mgeni amefika leo,* The guest arrived today.
   b) *Je, mgeni amefika leo?* Did the guest arrive today?

When *je* is attached to the end of the verb it means "how", "what"

e.g. *unasemaje?* how, what, do you say?
   *unapikaje?* how do you cook?
   *unafanyaje?* how do you do it? etc...

## EXERCISE 18

Translate into Swahili:
1. The children went to school yesterday.
2. Whose wife is an excellent teacher?
3. Tatu was ill yesterday and was at home.
4. When will you go to see Tatu at home?
5. Which man is brave and kind?
6. Where were you yesterday?
7. Why is the woman cooking potatoes today?
8. You said many people will come tomorrow, how did you know?
9. How do you say (that) in Swahili?
10. A good doctor has many patients.
11. A bad doctor has few patients.
12. Who has seen an excellent cook in school?
13. How do you learn Swahili without difficulty (*bila shida*)?
14. I go to school everyday to learn Swahili. We have a very good teacher.
15. Do you have a good teacher? Do you go to school every day? Where is the teacher now, at school or (*au*) at home?
16. I like (*penda*) to learn Swahili. It is a simple (*rahisi*) language (*lugha*).
17. I know a bit (*kidogo*) of Swahili? I can (*weza*) speak (*sema*)

a little *(kidogo).*

18. Where do you learn Swahili ? At home, or here?

19. I learn Swahili here, but the teacher is not *(si)* very good.

## LESSON SIXTEEN
### MORE ABOUT PERSONAL PRONOUNS

We have already seen two kinds of personal pronouns:

a) those that stand by themselves

| | |
|---|---|
| *mimi,* I | *sisi,* we |
| *wewe,* you | *ninyi,* you (pl.) |
| *yeye,* he, she | *wao,* they |

b) those that are prefixed to the verbs

| | |
|---|---|
| *ni-,* I | *tu-,* we |
| *u-,* you | *m-,* you (pl.) |
| *a-,* he, she | *wa-,* they |

c) There is a third set of personal pronouns called "object prefixes" which denote the object governed by the verb. They are affixed immediately before the verb stem. They are:

-*ni-,* me, to, for me    -*tu-,* us, for, to us

-*ku-,* you, to, for you  -*wa-,* you, to you (pl.)

Remember, when occuring before a vowel, *m* "him, etc..." becomes *mw.* e.g. tuli*mw*ona, "we saw her".

The object prefix *m* for "you" plural is no longer used; *wa* has replaced it. You can tell from the context whether *wa* refers to "you", or to "them". If, for example, you are talking to many people, and you say to them: *ninawaona,* you certainly mean "I see you" (pl.)

Sometimes *ku* and *ni* are used to denote the object prefix for "you", plural, thus: *ninakuoneni,* "I see you" or also *ninawaoneni,* "I see you". When *ni* suffixes the verb, the final *a* is changed into *e,* as is clear from the examples given above.

### *EXERCISE 19*

Insert the right object prefix from the brackets:

31

1. Nili...ona jana (ni, ku)
2. Juzi nilikuwa hapa, nani ali...ona (m, ni,)?
3. Mwalimu amekuja shuleni, je, ume...ona (ku, ni, mw)?
4. Wageni walikuwa hapa, tuli...ona (ku, ni, wa, mw)?
5. Wagonjwa watakuja, mganga ata...ona (ni, m, wa).
6. Je, baba ali...ambia nini mama (ni, ku, mw)?
7. Je, ali...ambia nini sisi (ku, m, tu, wa)?
8. Je, dada atakuja lini? Ninataka ku...ona (tu, wa, mw).
9. Ninataka ku...ambia kitu wewe (m, ni, ku, wa).
10. Ninajua kila kitu, unataka ku...ambia nini (ku, m, ni)?

**Vocabulary**

| | |
|---|---|
| *kuuliza,* to ask | *swali, ma-* question |
| *kueleza,* to explain | *jibu, ma-* answer |
| *kutazama,* to look at | *maelezo,* explanation |
| *kupenda,* to love, like | *majaribio,* trial |
| *kuchukia,* to hate | *chuki,* hatred |
| *kujibu,* to answer | *mapendo,* love, liking |
| *kujaribu,* to try | *tendo, ma-* deed, action |
| *kuharibu,* to destroy | *uchungu,* bitterness |

## EXERCISE 20
### ON ASKING QUESTIONS

Translate into English:

Tatu alituuliza swali moja gumu sana, tukajaribu kumjibu.
Sisi pia tulimwuliza swali moja gumu, na yeye akajaribu
kutujibu. Tatu anapenda sana kuuliza watu maswali
magumu. Kila siku anawauliza maswali mengi. Watu wengi
wanapenda kuuliza wenzao maswali (wenzi wao: *companions*).
Kuuliza ni njia nzuri ya kujifunza vitu vingi. Kuuliza si ujinga.

## LESSON SEVENTEEN
### THE SWAHILI NEGATIVE FORMS

Swahili uses a different set of subject prefixes to express
negations. The idea of negation is contained in these subject
prefixes. They are:

## a) in the M-WA class:

*si*, I...not          *hatu*, we...not
*hu*, you...not        *ham*, you...not
*ha*, he, she...not    *hawa*, they...not

## b) in other classes:

M/MI, hau/hai,      e.g. mti *hau*... miti *hai*...
KI/VI, haki/havi,   kiti *haki*.... viti *havi*...
N/N, hai/hazi,      nyumba *hai*... nyumba *hazi*...
O/MA, hali/haya,    jina *hali* ... majina *haya*...
U, hau/hazi.        uso *hau*...nyuso *hazi*...
PA, hapa            pahali *hapa*...
KU, haku            kusoma *haku*...

The following rules apply to the formation of negatives in Swahili:
i)   All verbs drop *ku* of the infinitive in all the tenses, only the monosyllabic verbs retain the *ku* in the future tense.
ii)  Verbs ending in *a* or *e* change these final vowels into *i* in the present tense *only*.
iii) *na* which shows the present tense in the affirmative statements is not replaced at all, but *me* is replaced by *ja*, *li* by *ku*, and *ta* remains unchanged.

Swahili tenses in the affirmative and in the negative:

*Affirmative*              *Negative*
kusoma, to read           kutosoma, not to read


**(Affirm)**               **(Neg.)**
**The Present Tense**
*ninasoma*, I read         *sisomi*, I do not read
*unasoma*, you read        *husomi*, you do not read
*anasoma*, he, she reads   *hasomi*, he does not read

**The Perfect Tense**
*nimesoma*, I have read    *sijasoma*, I have not read
*umesoma*, you have read   *hujasoma*, you have not read
*amesoma*, he has read     *hajasoma* he has not read

### The Past Tense

| | |
|---|---|
| nilisoma, I read | sikusoma, I did not read |
| ulisoma, you read | **hukusoma**, you did not read |
| alisoma, he read | **hakusoma**, he did not read |
| tulisoma, we read | hatukusoma, we did not read |
| mlisoma, you read | hamkusoma, you did not read |
| walisoma, they read | hawakusoma, they did not read |

### The Future Tense

| | |
|---|---|
| nitasoma, I shall read | sitasoma, I shall not read |
| utasoma, you will read | hutasoma, you will not read |
| atasoma, he will read | hatasoma, he will not read |
| tutasoma, we shall read | hatutasoma, we will not read |
| mtasoma, you will read | hamtasoma, you will not read |
| watasoma, they will read | hawatasoma, they will not read |

A few examples from the monosyllabic verbs:

### The Present Tense

| | |
|---|---|
| ninakula, I eat | sili, I do not eat |
| unakula, you eat | huli, you do not eat |

### The Perfect Tense

| | |
|---|---|
| nimekula, I have eaten | sijala, I have not eaten |
| umekula, you have eaten | hujala, you have not eaten, etc... |

### The Past Tense

| | |
|---|---|
| nilikula, I ate | sikula, I did not eat |
| ulikula, you ate | hukula, you did not eat |

### The Future Tense

| | |
|---|---|
| nitakula, I shall eat | sitakula, I will not eat |
| utakula, you will eat | hutakula, you will not eat |

Similarly kuja, "to come", has:

| | |
|---|---|
| ninakuja, I am coming | siji, I am not coming |
| unakuja, you are coming | huji, you are not coming |

## The Perfect Tense
*nimekuja,* I have come    *sijaja,* I have not come

## The Past Tense
*nilikuja,* I came    *sikuja,* I did not come

## The Future Tense
*nitakuja,* I shall come    *sitakuja,* I shall not come, etc.

### EXERCISE 21

Change the following affirmative sentences/clauses into the negative, and the negative into the affirmative, after this model:

*Je, mwalimu amekuja?* (affirmative)
*Je, mwalimu hajaja?* (negative)

1. Nani anakula ndizi za mtoto?
2. Wageni wanapenda samaki lakini hawataki ndizi.
3. Baba amekuja na amelala.
4. Mwalimu alisema wewe ni mtoto mjanja.
5. Mgonjwa hali samaki, anakula viazi na mkate.
6. Nani alikuja hapa jana?
7. Je, umeona simba? Nani hajaona simba?
8. Mganga atakuja kesho.

### The negative forms of "kuwa...." "kuwa na..." and "kuwako"

The negative forms of the verbs *kuwa*, "to be", *kuwa na*, "to have", and *kuwako*, "to be in a place" differ only in the present tense. Thus:

| *Affirmative* | *Negative* |
|---|---|
| Kuwa | |
|     *ni,* am, is, are | *si,* am not, is not, are not |
| Kuwa na | |
|     *nina,* I have | *sina,* I have not |
|     *una,* you have | *huna,* you have not |
|     *ana,* he, she has | *hana,* he, she has not |

35

*wana,* they have          *hawana,* they have not

*Kuwako*
   *niko,* I am (in a place)     *siko,* I am not (in a place)
   *uko,* you are...              *huko,* you are not...
   *yuko,* he, she is...         *hayuko,* he is not...
   *wako,* they are....        *hawako,* they are not...

## Perfect Tense

*sijawa:* I have not been e.g. *sijawa mjinga hivyo,* "I have not
                          become such a fool".
*kuwako* does not appear in this tense;
*kuwa na: sijawa na,* I have not had, e.g. *sijawa na mali nyingi
sana* "I have not yet (acquired) much wealth."

## The Past Tense

*kuwa: sikuwa,* I was not, etc...
*kuwako: sikuwa (ko),* I was not in a place, etc...
*kuwa na: sikuwa na,* I did not have, or I had not, etc...

## Future Tense

*kuwa: sitakuwa,* I shall not be, etc...
*kuwako: sitakuwa,* I shall not be in a place...
*kuwa na: sitakuwa na,* I shall not have, etc...

*Useful Phrases*

*usiwe na wasiwasi*    do not worry
*usiwe na shaka*      do not have doubts
*usiwe mjinga*         do not be a fool

# LESSON EIGHTEEN
## ORDERS AND WISHES

In Swahili orders are given by using the verb stem or in the
case of monosyllabic verbs, the whole verb, e.g.

*soma,* read               (monosyllabic verb)
*andika,* write
*lala,* sleep, lie down

*kula,* eat           (monosyllabic)
*kunywa,* drink      (monosyllabic)

*Kuja* is irregular, its imperative is *njoo,* "come". Commands in the plural are given by suffixing *ni* to the singular form and changing the final *a* into *e,* as follows:

| Singular | Plural |
|---|---|
| *soma,* read | *someni,* read (you) |
| *andika,* write | *andikeni,* write (you) |
| *kula,* eat | *kuleni,* eat (you) |
| *njoo,* come | *njooni,* come (you) |

Wishes similar to the English, "let me," "let us", are expressed by using the verb stem, changing the final *a* into *e,* and adding the personal pronominal prefixes: *ni-, u-, a,- m-, wa-.*

Thus, taking the verb *kuenda,* "to go", we have:
*niende,* I may go, let me go. *Je, niende?* may I go?
*uende,* you may go, go
*aende,* let him, her go
*tuende,* let us go, we may go
*muende,* you may go, go
*waende,* let them go, they may go

Monosyllabic verbs form no exception here, so we have:
*nije,* let me come, I may come...
*uje,* you may come
*aje,* he, she may (should) come
*tuje,* we may come, we should come
*mje,* you may come, should come
*waje,* let them come, they may come

Likewise, *nile,* "let me eat", *ule,* "you may eat", etc. This form is called subjunctive. It is used whenever intention is expressed. The first verb is said to be in the indicative and the second in the subjunctive mood. e.g.
*Alinipa kitabu nisome,* he gave me a book to read.
*Anakula chakula bora apate nguvu,* he eats good (excellent) food to get strength.

*Walituita twende kula*, they called us to go and eat.

The subjunctive is used after certain verbs, like:

*kuambia*, to tell

*kusema*, to say

*kuita*, to call

e.g. *Nilimwambia aje*, I told him to come

*Je, alisema twende leo?* Did he say we should go today?

*Ita wageni waje kula*, Call the guests to come and eat.

With words like, *lazima*, it is necessary

*inafaa*, it is better, useful

*haifai*, it is not good, useless

*ni vizuri*, it is good

*si vizuri*, it is not good.

e.g. **Lazima uende nyumbani**, You must go home.

*Inafaa uende nyumbani*, It is better you go home.

*Ni vizuri uende*, It is good that you go home.

With imperatives:

e.g. *njoo nikuambie*, come I will tell you something.

*ngoja aje*, wait (until) he comes.

*sema nifanye nini?* say what I should do.

*njoo tunywe pombe*, come, let us drink beer.

*karibu tule*, welcome, let us eat.

With verbs implying prohibition or refusal, such as:

*kukataza*, to forbid

*kukataa*, to refuse

*kuzuia*, to prevent.

These verbs take the negative subjunctive, which is as follows:

*niende*, that I may not go

*usiende*, that you may not go, don't go

*asiende*, that he, she may not go

*tusiende*, that we may not go, let us not go

*msiende*, that you may not go, don't go

*wasiende*, that they may not go, let them not go

e.g. *Baba alitukataza tusiende shambani*, Father forbade going
into the field.

The negative subjunctive is formed by inserting *si* between
the subject prefix and the verb stem, as shown above. So, the
affirmative and negative subjunctives differ because of this *si*,
but the form is the same in both. Compare:
*niende*, I may go, let me go
*nisiende*, let me not go
*tuende*, let us go
*tusiende*, let us not go

The negative subjunctive is used to express orders or
commands in the second person. Thus:

*usiende*, don't go
*msiende*, don't go (pl.)
*usije kesho*, do not come tomorrow
*msije kesho*, do not come tomorrow
*usile matunda mabichi*, don't eat unripe fruit
*msile matunda mabichi*, don't eat unripe fruit
*usifanye hivi*, do not do this
*msifanye hivi*, do not do this
*usiwe na shaka*, do not have doubts
*msiwe na shaka*, do not have doubts
*usijali*, do not mind
*msijali*, do not mind
*usinisumbue*, do not bother me
*msinisumbue*, do not bother me

When orders and wishes contain an object prefix the final *a*
of the verbs is changed into *e*.
    e.g. *niambie*, "tell me"; *mwambie*, "tell him".
Likewise: *usinitazame hivyo*, "do not look at me like that".
Some verbs take on an additional vowel before the final *a*
when they include indirect objects. Here are a few examples:

| | |
|---|---|
| *kuleta*, to bring | *kuletea*, to bring to, for |
| *kuandika*, to write | *kuwandikia*, to write to, for |
| *kusoma*, to read | *kusomea*, to read to, for |
| *kutaka*, to want | *kutakia*, to wish someone |

| kufanya, to do | kufanyia, to do to, for · |
| kukataa, to refuse | kukatalia, to refuse to |
| kufikiri, to think | kufikiria, to think of, for |
| kusema, to say | kusemea, to speak for |

We may conclude from the above examples that

a) Whenever the vowel immediately preceding the final syllable is *e* or *o*, then *e* is inserted. Thus: *kuleta*, becomes *kuletea*, and *kusoma* becomes *kusomea;*

b) If the vowel preceding the last syllable is *i* then *i* is inserted. e.g. *kuandika* becomes *kuandikia.*

c) If the preceding vowel is *a, i* is again inserted before the last vowel, e.g. *kutaka* becomes *kutakia.*

Observe the different meanings conveyed by these verbs when they take on additional vowels. e.g.

*kutaka*, to want: *anataka chai*, he wants tea.

**kutakia**, to wish somebody (well, ill), *Nakutakia heri,* "I wish you all good things!"

*Ninakutaka*, "I want you".

d) Verbs ending in *ua*, insert *li* before the final *a. kufungua*, "to open", becomes *kufungulia*, "to open for someone" *amefungua mlango*, "he has opened the door" but amenifungulia mlango, "he has opened the door for, to me."

e) Verbs ending in -*i* add *a* at the end, e.g. *kufikiri*, "to think", becomes *kufikiria*, "to think of, about, consider". Examples:
*Baba alifikiri sana,* Father thought hard
*Baba alikufikiria sana,* Father thought of you very much
*Alirudi jana jioni,* He came back yesterday evening
*Alirudia somo lake,* He repeated his lesson

f) Verbs ending in -*ia*, insert *li* before the final *a*, e.g. *kukimbia*, "to run" becomes *kukimbilia*, "to run after".

Observation: The above rules serve for both affirmative and negative orders and wishes. Examples:
*Niletee chai,* Bring me tea.
*Usiniletee chai,* Don't bring me tea.
*Mpe mtoto maziwa,* Give the child milk.

**Usimpe mtoto maziwa**, Do not give the child milk.
*Mwambie aje,* Tell him to come.

*Usimwambie aje,* Don't tell him to come.
*Uwe hapa kesho asubuhi,* Be here tomorrow morning.
*Usiwe hapa kesho asubuhi,* Don't be here tomorrow morning.

## EXERCISE 22

Answer the following questions in the negative:
    e.g. *Je, mwalimu wetu alikuja jana shuleni?*
Answer: *Hapana, mwalimu wetu hakuja shuleni jana.*

1. Je, mwalimu amekuja?
2. Je, unakula samaki na viazi?
3. Je, mlevi anakunywa pombe kila siku?
4. Je, mlikuwa nyumbani jana?
5. Je, ulinifikiria au hapana?

## EXERCISE 23

Translate into Swahili:
1. A good name, good names.
2. Where are you going? I am going home.
3. Do not go home now, let us go to play.
4. I must go home now, mother has forbidden me to play.
5. Eat one banana, it is very sweet.
6. I do not eat bananas in the school.
7. Whose books are you reading now? Teacher's books?
8. I am reading sister's books, they are very nice and easy.
9. What are you laughing at? Are you laughing at me?
10. How do you know I am laughing at you? I am not laughing.
11. You should not laugh at people.
12. Do not come to see me tomorrow, I won't be at home. Come the day after tomorrow, I will be at home.
13. Goodbye, I must now go home safely *(salama).*
14. Goodbye, I'll see you tomorrow. *(lit. We shall see each other tomorrow)*

## EXERCISE 24

Complete these sentences and then change them into the negative forms.

1. Wageni wa ... (kufika) jana.
2. Watoto wa... (kufanya) nini sasa?
3. Wagonjwa wa... (kuenda) hospitali kesho.
4. Nani ali... (kusema) maneno mabaya jana?
5. Je, ulimwona mwalimu? Ndiyo ni...
6. Je, mama (kuwako) wapi sasa? Mama... (kuwako) jikoni sasa.
7. Je, u... (kula) viazi sasa? Ndiyo ni... (kula viazi sasa).
8. Njoo tu... (kula); niletee maji (kunywa).
9. Je, wanafunzi wame... (kufika)? Ndiyo wanafunzi wa...
10. Je, mna... (kutaka) nini hapa? Tu... (kutaka) kazi.

## LESSON NINETEEN
### DEMONSTRATIVES: *THIS* **AND** *THAT*

*This, that* and their plurals *these* and *those* are called demonstratives, from the Latin *demonstrare*, "to show". In Swahili, demonstratives are of three kinds: Those that point to somebody, or something near; those that indicate persons or things far away, and those that show people, or things that are nearer to the person spoken to than they are to the speaker. Let us begin with demonstratives that refer to people.

| Singular | Plural |
|---|---|
| *mtu huyu*, this man | *watu hawa*, these men |
| *mtu yule*, that man | *watu wale*, those men |
| *mtu huyo*, that man (near you) | *watu hao*, those men there (near you) |

*Huyo* and *hao* are used also to refer to persons about whom we have already spoken. They may also be used to show contempt, e.g. *mtu huyo ni mjinga* "such a man is a fool." When pursuing a thief, people cry out: *mwizi* huyo! "there runs the thief! watch out!"

Suppose I see you walking with a child and I want to know whose child it is, what form should I use? Of course, *huyo*. I should say: *Mtoto huyo ni wa nani?* "Whose child is that (near you)? Suppose again, we are walking together and we see a child some distance away from us, what form should I use in pointing to the child? No doubt, *yule: Mtoto yule ni wa nani?* "Whose child is that there?" And if the child is near to both of us, I should say: *Mtoto huyu.*

Below is a list of Swahili demonstratives for different noun classes: (The symbol Ø means naught or *nil)*

**Noun Class**

| | | |
|---|---|---|
| M/MI | *mti huu,* this tree, | *mti ule,* that ree |
| | *miti hii,* these trees, | *miti ile,* those trees |
| KI/VI | *kitabu hiki,* this book | *kitabu kile,* that book |
| | *vitabu hivi,* these books | *vitabu vile,* those books |
| Ø/MA | *jina hili,* this name | *jina lile,* that name |
| | *majina haya,* these names | *majina yale,* those names |
| N/N | *nyumba hii, this house* | *nyumba ile,* that house |
| | *nyumba hizi,* these houses, | *nyumba zile,* those houses |
| U | *ukuta huu,* this wall, | *ukuta ule,* that wall |
| | *kuta hizi,* these walls, | *kuta zile,* those walls |
| PA | *pahali hapa,* this place | *pahali pale,* that place |
| KU | *kula huku,* this eating | *kula kule,* that eating |

For the third demonstrative *(huyo),* we have:

| | |
|---|---|
| M/MI | *mti huo,* that tree (near you), or such a tree... |
| | *miti hiyo,* these trees (near you), or such trees... |
| KI/VI | *kitabu hicho,* that book (near you), or such a book.... |
| | *vitabu hivyo,* those books (near you), or such books... |
| Ø/MA | *jina hilo,* such a name. |
| | *majina hayo,* such names. |
| N/N | *nyumba hiyo,* that house (near you), such a house. |
| | *nyumba hizo,* those houses (near you), such houses. |
| U | *ukuta huo,* that wall (near you), such a wall. |
| | *kuta hizo,* those walls (near you), such walls. |
| PA | *panali hapo,* that place (near you), such a place. |
| KU | *kula huko,* that eating, or such eating... |

## LESSON TWENTY
### POSSESSIVE PRONOUNS

In Swahili the possessive pronouns are treated like adjectives.

They take nominal prefixes, as shown below:

*-angu*, my, mine          *-etu*, our, ours
*-ako*, your, yours        *-enu*, your, yours
*-ake*, his, her, hers     *-ao*, their, theirs

The following are the class prefixes:

**Class**

| | |
|---|---|
| M/WA, W | *mtoto wangu*, **my child** |
| | *watoto wangu*, **my children** |
| M/MI, W/Y | *mkono wake*, **her hand** |
| | *mikono yake*, **her hands** |
| KI/VI, CH/VY | *kitabu chako*, **your book** |
| | *vitabu vyako*, **your books** |
| N/N, Y/Z | *nyumba yetu*, **our house** |
| | *nyumba zetu*, **our houses** |
| Ø/MA, L/Y | *jina langu*, **my name** |
| | *majina yangu*, **my names** |
| U/N, W/Z | *ufunguo wao*, **their key** |
| | *funguo zao*, **their keys** |
| PA, P | *pahali pako*, **your place** |
| KU, KW | *kusoma kwake*, **his reading** |

The same prefixes are used to express "of" *-a:*
For the *m/wa* class, "of" is denoted by *wa* for both singular and plural.

> e.g. *mtoto wa mwalimu*, the teacher's child
> *watoto wa mwalimu*, the teacher's children

for the *ki/vi* class, you have:

> *kitabu cha mwalimu*, the teacher's book
> *vitabu vya mwalimu*, the teacher's books

Once you know that "of" is *-a* in Swahili, you can use it with the prefixes given above without any difficulty.

EXERCISE 25

Supply the right prefixes:
1. Je, nani ameona vitabu -a mwalimu leo?
2. Wageni wameleta mizigo -ao.

3. Walikuwa na mizigo -ingi sana na -zito.
4. Nyumba -etu ni kubwa na nzuri, ina milango -wili.
5. Wape funguo -ao, funguo -ako ziko wapi?
6. Majina -a watoto hawa ni magumu lakini mazuri.
7. Miguu -ake ni mizuri kuliko miguu -a dada yake.
8. Kusoma -ake si kuzuri lakini kuandika -ake ni kuzuri.
9. Mkono -a mtoto mdogo ni -dogo, na kichwa -ake ni -dogo pia.
10. Je, umemwona mtoto -angu? Alikuwa na (with) watoto -ako.


## EXERCISE 26

Translate into Swahili:
1. His children are not going to school today.
2. Our teacher does not eat at school, he eats at home.
3. Where do you go to eat? I do not eat here.
4. Their cook is not coming today.
5. Tell him to come the day after tomorrow.
6. Where are our books? Where are our clothes?
7. I heard people shout: Thief! Thief! There goes the thief!
8. Who is that man? That man is our guest.
9. Whose child is this? This child is hers.
10. Who are those people? Those people are our guests.
11. Bring me that child (near you), I want to see him.
12. May I go now? I have no work. Go and do not come again to bother me.


## LESSON TWENTY ONE
## THE CONDITIONAL TENSES

Swahili has four distinct tenses which express condition. They are formed with:

a) -ki- "if" to denote a simple condition. The word *kama* is sometimes used to introduce the conditional tense: it may, however, be omitted, as -*ki*- by itself also expresses condition.

e.g. *Kama ukitaka mali fanya kazi*, or *ukitaka mali*....
"If you want wealth, work."

Note the position of *ki*; it is placed immediately after the subject prefix. This is its permanent position. Note again that all verbs without exception drop the *ku*. Even the monosyllabic verbs are not exempted, e.g. *Ukila chakula bora utakuwa na nguvu*, "If you eat good food you will be strong. *Ukija kesho utanikuta hapa* "if you come tomorrow you wlill find me here."

b) *ki,* is also used to connect two actions, the second verb taking the *ki* e.g.

*Tulimsikia akiimba,* We heard her/him singing.

*Nilimkuta akisoma,* I found him reading.

c) *japo, ijapokuwa,* "even if":

*Japo mioto akilia, usimpe maziwa,* "Even if the child cries, do not give him milk"

d) *nge, ngali:* These denote a condition not likely to be fulfilled. e.g. *Kama ningekuwa na fedha ningenunua gari,* "If I had money I would buy a car". In spoken language *nge* and *ngali* are interchangeable.

## Conditional Negatives

Conditional negative tenses are expressed by *-sipo-,* "if not" e.g. *Usipotaka kujenga ukuia ziba ufa,* "If you do not want to build a wall stop up the crack". *Asipokuja, basi nenda nyumbani,* "If he does not come then go home".

The *-nge-* is replaced by *-singe-* and *-ngali-* by *-singali-* e.g. **Kama wasingekuja tusingewaona. "Had they not come we would not have seen them."**

Swahili has another way of expressing conditional tenses by using the negative subject prefixes followed by *nge* or *ngali.*

e.g.   *singesoma (singalisoma),* had I not read...

*hungesoma (hungalisoma),* had you not read...

*hangesoma (hangalisoma),* had he not read...

Likewise

*Miti isingeanguka, nyumba yetu haingeanguka*

Our house would not fall if the trees did not fall

*Kisu hakingevunjika,* The knife would not break

*Visu havingevunjika,* The knives would not break.

The first form is more frequent and probably simpler than this one. Choose the form you prefer and learn it well.

Translate into English:

1. Kama ungefika jana ungemkuta mgeni wetu hapa.
2. Kama akitoa fedha mpe kitabu hiki.
3. Kama asipotoa fedha usimpe kitabu hiki.
4. Kama watu wengi wakitaka kitu basi wape.
5. Tulikwenda shuleni, tulimkuta mwalimu akisoma kitabu kile.
6. Kama huli samaki watakupikia ndizi kwa nyama.
7. Ngoja nikupe habari za mlevi yule.
8. Asingeniambia ningoje, nisingengoja (or singengoja).

## LESSON TWENTY TWO
## THE PASSIVE VOICE

Consider the following sentences:
   a) Tatu loves her children.
   b) Tatu is loved by her children.
In both sentences Tatu is the subject but she is not the doer in the second sentence. She is said to be passive. This is the passive voice. The first sentence is in the active voice. Tatu is the doer, i.e. she *loves*... In Swahili, the passive voice is rendered by *wa* added at the end of the verb following the rules given below:
1) Verbs ending in -*a*, -*ea* and -*ia*, insert *w* before the final vowel *a*. e.g. *kupenda* "to love"; *kupendwa* "to be loved".
Now you know how to translate sentence (b) above. Remember the English verb *is* is not translated in the Swahili verb. Thus *Tatu anapendwa na watoto wake* is the rendering of (b). If you analyse the Swahili rendering you will see that the conjunction *na* stands for the English "by" although it also means "and".
2) Verbs ending in -*aa*, *ua*, insert *liw* before the final *a*. e.g. *kukataa*, "to refuse"; *amekataa*, "he has refused"; *kukataliwa*, "to be refused"; *amekataliwa*, "he has been refused".
3) Verbs ending in -*au* add *liwa* at the end: e.g. *kusahau*, to forget ; *kusahauliwa*, "to be forgotten."
4) Verbs ending in *e* and *i* add *wa* at the end:
   e.g. *kusamehe*, "to forgive"; *kusamehewa*, "to be forgiven".

5) Verbs ending in *oa* insert *lew* before the last *a*.
   e.g. *kuoa*, to marry (man); *kuolewa*, to be married (woman).
6) Verbs ending in *u* drop the *u* and add *iwa* e.g. *kujibu*, "to answer";
   *kujibiwa*, "to be answered."

The doer in the passive voice is called the agent. In the sentence *Tatu anapendwa na watoto wake*, Tatu's children are the agents, they do the act of loving while their mother receives the act of loving. Consider this sentence also: *Dada anapendwa na kila mtu*, "(My) sister is loved by every one". To express the agent Swahili uses the word *na* as already pointed out. If however the action is accomplished by means of an instrument Swahili uses the word *kwa* to express the idea of instrumentality.

   e.g. *Aliandika barua kwa wino*, He wrote a letter with (in) ink.
   *Alipigwa kwa fimbo*, He was hit with a stick.
   *Walipigwa mawe*, They were stoned.

In the last example the word *kwa* has been omitted, but it is understood. The sentence should more correctly read: *walipigwa kwa mawe.*


### EXERCISE 28
Change the following sentences into the passive voice:

e.g.  *Active*                      *Passive*
*Mtoto amejibu swali*            *Swali limejibiwa na mtoto*
The child has answered the
question.                        The question has been an-
                                 swered by the child.


1. Tuliwapokea wageni wengi jana.
2. Watoto wanampenda sana mwalimu wao.
3. Bahati ameandika barua nzuri kwa wino.
4. Watu wengi wamesahau jambo hili sasa.
5. Waziri amewafikiria wafanyakazi wote.
6. Nani amefungua mlango wa chumba changu?
7. Baba alikata mti ule mrefu kwa shoka.
8. Wezi walivunja nyumba ile nzuri ya mwalimu wetu usiku.
9. Mbwa alipasua nguo ya Bahati kwa makucha yake makali.

10. Mama alikataza watoto wasichezee chumbani.

The passive voice in the negative offers no special difficulty.
It follows the same rules as in the affirmative. Thus:

> *Bahati alipendwa,* Bahati was loved
> *Bahati hapendwi (passive),* Bahati is not loved
> *Bahati alipendwa,* Bahati was loved
> *Bahati hakupendwa,* Bahati was not loved
> *Bahati atapendwa,* Bahati will be loved
> *Bahati hatapendwa,* Bahati will not be loved

## Useful Phrases

*Mtoto alizaliwa mwaka 1970,* The child was born in 1970.

*Tatu aliolewa na...* Tatu was married to...

*Tatu alisifiwa kwa kazi yake nzuri,* Tatu was praised for her good work.

*Sitaki nguo hizo, zimevaliwa na mtu fulani.* I do not like such clothes, they have been worn by a certain man.

*Mwizi amekamatwa na polisi,* The thief has been arrested by the police.

*Gari limeharibika,* The car is out of order.

*Wezi walipigwa mawe na...,* The thieves were stoned by...

*Jambo hili haliwezekani,* This matter is impossible.

*Sukari haipatikani hapa,* Sugar is not available here.

## LESSON TWENTY THREE
### 1. THE *EKA* AND *IKA* TENSES

The *eka* and *ika* tenses denote a state; something has been
done to the subject but no agent or doer is expressed. Observe
the following sentences and note the difference between the
stative and the passive forms:

*Kisu kimevunjwa na mpishi,* The knife has been broken by
a cook (*passive*)

*Kisu kimevunjika,* The knife is broken (*stative*)

*Nguo yake imeraruliwa na mbwa,* Her cloth was torn by a
dog (*passive*)

*Nguo yake imeraruka,* Her dress is torn *(stative)*
Children especially like this form because it does not im-
plicate them. e.g. A child says: **mama, kikombe kimevunjika,**
"Mother the cup is broken" not **mama, nimevunja kikombe**
"Mother, I have broken the cup".

## 2. SWAHILI AUXILIARY VERBS

In Swahili two verbs are used as auxiliary verbs, namely,
*kuwa,*[1] "to be" and *kuisha* "to be completed". This last verb is
used as an auxiliary verb meaning "already".

e.g. Alikuwa akisoma    He was reading when we
    tulipofika shuleni,    arrived at school.

*Sasa baba atakuwa amefika,*    By now father will have
    arrived.

Kuisha[2]
*Wageni wamekwisha fika,*    The guests have already
    arrived.
*Je, umekwisha ona simba?*    Have you seen a lion?
*Nimekwisha kukwambia,*    I have already told you.

It should not be concluded from the examples given above
that all verbs ending in *ka* are stative. A few examples will
show you that this is not the case. Consider:

*kupika,* to cook,    *kupika ndizi,* to cook bananas.
*kuzika,* to bury,    *kuzika maiti,* to bury a dead
    man.

*kuandika,* to write,    *kuandika barua,* to write a let-
    ter.

*kufunika,* to cover,    *kufunika kitu,* to cover up
    something.

*kutandika,* to set in order,    *kutandika kitanda,* to make a
    bed.

---

1. *kuwa* is not used as auxiliary in the present tense.

2. After *kuisha* you may use the verb with *ku* (all verbs).

| | |
|---|---|
| *kuweka,* to put, | *weka sahani mezani,* **put the plates on the table.** |
| *kushika,* to hold, | *wameshika mwizi,* · they have caught the thief. |
| *kuezeka,* to thatch, | **kuezeka nyumba,** to thatch a house. |
| *kuvika,* to dress, | **vika mtoto nguo** dress the child |
| *kucheka,* to laugh, | **usimcheke maskini,** do not laugh at 'a poor man. |
| **kupaka,** to smear, | *kupaka nyumba rangi,* to paint a house. |
| *kuteka,* to draw (water) | *kuteka maji,* to draw water. |
| *kupeleka,* to send, | *peleka barua hii posta,* send this letter to the post office. |
| *kulimbika,* to save up, | *inafaa kulimbika mali,* it is good to save up some wealth. |

## LESSON TWENTY FOUR
## THE IMPERSONAL AND THE RECIPROCAL FORMS OF VERBS

**kuna, mna, pana,** "there is, there are"
*kuna* shows an indefinite position, *mna* denotes a place inside something, while *pana* refers to a definite place.

e.g. *Kuna watu shuleni,* there are people in the school.
*Mna watu chumbani,* there are people in the room.
*Pana mtu dirishani,* there is someone at the window.

The negative is formed by prefixing *ha,* thus: *hakuna, hamna, hapana* "there is not, there are not".

In the affirmative the most common form is *kuna,* and in the negative, *hamna,* while *hapana* now **means "no".** *Siyo* no", is slowly falling out of use and being replaced by *hapana.* Note that *mna* is not used in exactly the same way as the English "in". *Mna* denotes definite insideness, as in a room, a hole, a bag, etc... A Swahili speaker would not use *mna* to refer to being "in a country, in a river, etc..."

In practice, however, the Swahili do not pay attention to

such distinctions as have been pointed out above. *Kuna* seems to cover every case in the affirmative, and *hamna* in the negative, as already observed.

## Inafaa, "it is useful, good" (followed by subjunctive)

e.g. *Inafaa twende sasa,* it is better we go now.

*Haifai twende sasa* **(Negative),** It is not good that we go now.

*Inawezekana,* it is possible,

*Haiwezekani,* it is not possible.

*Inatosha,* it is enough.

*Haitoshi* **(Negative),** it is not enough.

*Si kitu,* it is nothing, it does not matter.

*Haidhuru,* it does not matter, it is nothing.

## Pasa, bidi, lazima

*Pasa, bidi,* and *lazima* express the idea of necessity, compulsion, duty, etc.

e.g. *yanipasa, yanibidi, kwenda,* I must go.

*unapaswa, inakubidi kwenda,* you must go.

*inampasa, inambidi kwenda,* he, must go. etc

**ni lazima watoto** *waende shule,* it is necessary that children go to school.

## *EXERCISE 29*

Translate into Swahili:

1. You had better learn Swahili.
2. Children must go to school now.
3. What are you doing? I am learning Swahili.
4. It is enough, let us go to see friends.
5. I must learn Swahili everyday, I want to know it. It is possible to know it in two months.
6. Who is your teacher? Do you have good books?
7. There are no good books in the shops.
8. Our teacher is writing a book for you.
9. I do not know your teacher, what is his name?
10. Do you want to see him? Come tomorrow, you will see him.

    He also wants to see you.
11. It does not matter; it is not necessary to see him.

12. It is possible to learn Swahili without a teacher.

Rewrite the following sentences using the correct forms of
the words in brackets:
1. Sukari hai... (kupatikana) hapa siku hizi.
   Wezi wame... (kukamata) na polisi.
3. Kazi hii hai... (kuwezekana) leo.
4. Macho yake haya... (kuona) vizuri sasa.
5. Je, mtoto wako ali... (kuzaa) lini?
6. Je, unataka sisi tu... (kuenda) wapi kesho?
7. Haifai watoto... (kucheza) shuleni, lazima (kujifunza).
8. Je, alisema watumishi... (kufanya) nini?
9. Je, wageni ha...(kula) sasa?
10. Je uki... (kuona) simba utafanya nini?
11. Mwambie mpishi ... (kuja) hapa, nataka a... (kuonyesha
    mimi) chakula cha leo.
12. Mama alisema ninyi ... (kula) ndizi kila siku.
13. Mzee alisema ni... (kusoma) barua hii, sijui kusoma.
14. Mgonjwa anasema ha... (kuja) kula leo, mpelekee
    chakula.
15. Wageni wali... (kupokea) na watoto kwa nyimbo.


## Some Useful Expressions

| | |
|---|---|
| *Kuna nini?* | What is the matter? |
| *Hakuna kitu,* | There is nothing. |
| *Hapakuwa na mtu,* | There was nobody. |
| *Pana mtu mbele,* | There is somebody in front. |
| *Nani yuko nyuma?* | Who is behind? |
| *Hamna taabu,* | No problem, don't mind! |
| *Nipe kitabu nisome,* | Give me a book to read. |
| *Nipe maji ninywe,* | Give me some water to drink. |
| *Mpe mtoto ndizi ale,* | Give the child bananas to eat. |


## THE RECIPROCAL FORMS OF THE VERBS

Mutual actions are expressed in Swahili by adding *na* to the
end of the verb. e.g. *kupenda*, "to love, like"; *kupendana*, to like
each other". If the verb ends in *e* add *ana*, kusamehe, "to

forgive"; *kusameheana* "to forgive each other."
If the verb ends in *i* add *ana* e.g. *kurudi*, "to return"; *kurudiana*, "to return to one another" (i.e. to be reconciled).
If a verb ends in *u* change the *u* into *i* and add *ana*, e.g.

| | |
|---|---|
| *kujibu*, "to answer"; | *kujibiana*, "to answer to each other". |
| *kusifu*, "to praise"; | *kusifiana*, "to praise one another." |

Here are some of the commonest verbs and their reciprocals:

| | |
|---|---|
| *ona*, see | *onana*, meet, see each other |
| *kosa*, do wrong, miss | *kosana*, disagree, quarrel |
| *jua*, know | *juana*, know each other |
| *pata*, get | *patana*, agree, be friendly |
| *fuata*, follow | *fuatana*, follow one another |
| *amkia*, greet | *amkiana*, greet each other |
| *ambia*, tell | *ambiana*, tell one another |
| *gomba*, scold | *gombana*, scold each other |
| *piga*, hit | *pigana*, fight |
| *epa*, avoid | *epana*, avoid each other |
| *vuta*, pull | *vutana*, pull one another |

When the reciprocal *na* is added to the -*eka* and -*ika* forms it does not change the meaning of that verb form, but forms a stative verb:

| | |
|---|---|
| *kuoneka* (not used) | *kuonekana*, to be seen, visible |
| *kujulika* (not used) | *kujulikana*, to be known |
| *kupatika* (not used) | *kupatikana*, to be available |
| *kuwezeka* (not used) | *kuwezekana*, to be possible. |

## EXERCISE 31

Translate into Swahili:
1. The thief has been seen in town.
2. It is not possible to go now, let us wait a little.
3. He is well known and loved by many people.
4. The women whom you saw yesterday are not on good terms.
5. I do not know why they quarrelled.
6. It is good to greet each other when you meet.

7. It is bad to fight or to scold one another.
8. Tatu had separated from her husband but they have now rejoined.
9. These two children like each other very much, they follow each other everywhere and everyday.
10. Friends often write each other long letters.
11. Cover your food because flies like your food, too.
12. Who makes your bed every morning?
13. Dress the child quickly, we must go now.
14. Why did they laugh at the stranger?
15. What are you cooking today? I do not eat fish.


## LESSON TWENTY FIVE
### THE RELATIVES

We have already discussed the interrogatives: *nani?* "who?" *nini?* "what?" *-a nani?* "whose?"*-ipi?* "which?" etc.
Let us look at the relatives. Consider these sentences:
a) The man you saw yesterday is my father.
b) The book which you gave me is very, very nice.
In the first sentence we left out one word, namely, "whom". "The man *whom* you saw..." The words *whom* in the first sentence and *which* in the second are called relative pronouns.

Swahili has two ways of expressing relative pronouns. It either attaches the relative particle to the verb or it uses the word *amba* to which it attaches the relative particles. Here are some examples of each:

a) With the M/WA class, *ye* (abbreviation of *yeye*) is used in the singular and *o* (abbreviation of *wao*) is used in the plural.

e.g. *Mtu uliyemwona jana ni baba yangu,*"The man whom you saw yesterday is my father."

Note that Swahili uses object prefixes together with the relative particles. In the above sentence, the object prefix *m* "him, her", (in uliye-*m*-wona) has been used together with *ye*. You certainly remember that *w* has been added to make *mw* because the verb begins with a vowel, i.e. *ona,* "see". In the plural, this sentence would read:
*Watu uliowaona jana ni baba zangu,* "The people you saw yesterday are my fathers".

55

b) With the rest of the classes, the relatives are denoted as
   follows:

M/MI: *Mti ulioanguka,* The tree which fell.
      *Miti iliyoanguka,* Trees which fell.
KI/VI: *Kitabu ulichonipa,* The book you gave me.
      *Vitabu ulivyonipa,* The books you gave me.
M:    *Nyumba aliyojenga,* The house he built.
      *Nyumba alizojenga,* The houses which he built.
MA:   *Tunda lililoiva,* The fruit which is ripe.
      *Matunda yaliyoiva,* The fruits which are ripe.
U:    *Uso uliotakata,* The face which is clean.
      *Nyuso zilizotakata,* The faces which are clean.
PA:   *Pahali palipochafuka,* The place which is dirty.
KU:   *Kusoma kunakofaa,* Reading which is useful.

Briefly, from the above examples we get the following relative
particles for all the noun classes:

M/WA: *ye* and *o*      KI/VI: *cho* and *vyo*
M/MI: *o* and *yo*      N: *yo* and *zo*
MA: *lo* and *yo*       U: *o* and *zo*
KU: *ko*                PA: *po* and *zo*

   The second way of rendering the relative pronouns is to
attach the relative particles to the word *amba*, thus:

mtu amba*ye*...         kitabu amba*cho*...
watu amba*o*...         vitabu amba*vyo*...
mti amba*o*...          nyumba amba*yo*...
miti amba*yo*...        nyumba amba*zo*...
tunda amba*lo*...       uso amba*o*...
matunda amba*yo*...     nyuso amba*zo*...
kusoma amba*ko*...      pahali amba*po*...

Originally Swahili relatives were expressed only by adding
the relative particle to the verb. Adding the relative particle
to the word *amba* to express relationship is a recent in-
troduction into the Swahili language. It is, nevertheless, ac-
cepted as correct Swahili usage.

The relative of time is expressed by -po-, "when" e.g. *Alipokuja nilikuwa shuleni.* "When he came I was at school."
*Ninaposoma sitaki kelele,* "When I am reading I do not like noise".

In the future tense, the relative particle *kapo* is used, e.g. *Utakapokuja...* "When you come".
*Utakapokuja utakuta kazi tayari,* "When you (will) come you will find the work ready".
The relative of place is *ko,* "where", e.g.
*Sijui alikoweka kitabu kile,* "I do not know where he put that book".
*Je, unajua alikokwenda?* Do you know where he went?"
Note that *mo* and *po* are also used instead of *ko* with some difference: *Usiingie chumbani walimo wageni.* Do not enter the room where the guests are.
*Palipokaa wazee hakuna cha kuogopa.* Where old men are (sitting) there is nothing to be afraid of.

## EXERCISE 32

Fill in the right relative particles:
1. Wali...kuwa watoto walipenda sana kucheza.
2. Miti ili...anguka jana ilikuwa mirefu sana.
3. Mwizi ali...iba shuleni amekamatwa na polisi.
4. Pahali tuna...kaa ni pazuri sana.
5. Nili...mwona sikumjua, nilifikiri ni mgeni.
6. Watoto wasikae mahali wali...kaa wazee, si vizuri.
7. Mwalimu wetu anapenda nyuso zili...takata.
8. Sijui ana...weka vitabu vyake, njoo tutafute.

## EXERCISE 33

Translate into Swahili:
1. The book which you gave me is very nice.
2. Whose book is lost, mine or the teacher's?
3. The man who gave you that book is my father.
4. The house which you see was built by those people.
5. The name which you gave to your dog is not nice.
6. I like to see faces which are clean.
7. Our teacher does not like to see feet that are dirty.
8. The trees which they cut were not theirs.

9. Do not sit on a place which is not clean.
10. Do not eat fruits which are not ripe.
11. Do not read books that are bad, read good books.
12. I like reading which is useful.
13. The thief who stole our clothes is that one.
14. Come tomorrow, you will see the man you want.
15. Do not come tomorrow, you will not see the man you want.

## EXERCISE 34
Study this conversation and then translate into English:

**Tatu:** Hujambo, Amina?
**Amina:** Sijambo, habari gani.
**Tatu:** Nzuri sana habari za watoto?
**Amina:** Nzuri tu. Unakwenda wapi?
**Tatu:** Nakwenda shuleni kumwona mwalimu aliyekuja jana.
**Amina:** Ndiyo, nimesikia kuna mwalimu aliyekuja jana.
**Tatu:** Twende basi tukamwone, nasikia ni kijana sana.
**Amina:** Nimesikia ni msichana aliyefaulu mwaka huu.
**Tatu:** Watu waliotoka mbali wamekwisha fika shuleni kumpokea mwalimu mgeni. Twende, bwana!
**Amina:** Ngoja nivae viatu vyangu vile virefu.
**Tatu:** Usikawie sana, sipendi kuwa mtu wa mwisho.
**Amina:** Haya, twende, dada, tupite njia hii ndiyo fupi.

## LESSON TWENTY SIX
## SWAHILI ADVERBS AND PREPOSITIONS
### ADVERBS OF TIME

*juzi*, the day before yesterday
*leo,* today
*kesho,* tomorrow
*kesho kutwa,* the day after tomorrow
*jana,* yesterday
*usiku,* at night
*mchana,* in daytime
*asubuhi,* in the morning
*sasa*, now
*sasa hivi,* just now
*siku hizi,* these days
*siku zote,* always
*kila siku,* every day
*bado,* not yet
*bado kidogo,* yet a litltle while
*baadaye,* afterwards

58

jioni, in the evening
zamani, formerly
zamani sana, a long time ago
saa yoyote, at any time

mapema, early

kwanza, at first
mwishowe, in the end
mwanzoni, in the beginning
asubuhi sana, early in the morning
usiku wa manane, in the dead of night.

## ADVERBS OF PLACE

chini, on the ground,
juu, above

mbele, in front
nyuma, behind
ndani, inside
nje, outside
katikati, in the centre

karibu, near
mbali, far away

e.g. shuka chini, come down
juu angani, in the air
ruka juu, jump up
yuko mbele, he is in front
yuko nyuma, he is behind
wako ndani, they are inside
yuko nje, he is outside
hapa ni katikati, here is the centre
yuko karibu, he is near
wako mbali sana, they are far away

hapa,                  here
hapa hapa,             right here
pale,                  there
pale pale,             on the spot
huko,                  there
huko na huko,          here and there
popote,                everywhere/anywhere
kokote,                everywhere/anywhere

## ADVERBS OF MANNER

bure, in vain, gratis
hakika, certainly
halisi, that's it
hasa, especially
hata kidogo, not at all
ghafula, suddenly
kabisa, indeed
kamwe, not, never

sawasawa, evenly, O.K.
mbalimbali, different(ly)
pamoja, together
moja moja, one by one
zaidi, more
tu, only
hivi, thus
hivyo, in that way

59

| | |
|---|---|
| *kidogo*, a little | *vile vile*, also |
| *labda*, perhaps | *pia*, also |
| *mno*, too much | *lakini*, but |
| *ovyo*, disorderly | *naam*, yes |
| *polepole*, slowly | *ndiyo*, yes |
| *upesi*, quickly | *hapana*, no |
| *haraka*, quickly | *siyo*, no |
| *vibaya*, badly | *vingine*, otherwise |
| *vizuri*, well | *vyovyote*, anyhow |
| *vigumu*, hardly | *kiume*, manly |

Note: Adverbs can also be formed by prefixing *ki* to nouns, thus: *kiungwana*, "like a gentleman, in the manner of a gentleman".

## Useful Expressions

| | |
|---|---|
| *Fanya hivi*, | Do (it) this way. |
| *Usifanye hivi*, | Do not do (it) in this way. |
| *Sikusema hivi*, | I did not say that. |
| *Hivyo ndivyo ulivyosema*, | That is what you said. |
| *Fanya vyovyote upendavyo*, | Do as you please. |
| *Mambo yako hivyo ulivyosikia* | Things are as you have heard. |
| *Walisemaje ulipowauliza?* | What did they say when you asked them? |
| *Amekwendaje?* | How did he go? |
| *Popote ulipo*, | Wherever you may be. |
| *Kokote wendako nitakufuata*, | I will follow you wherever you go. |
| *Huko, na huko*, | Here and there. |
| *Palepale*, | On the spot, right there. |
| *Hapa hapa*, | Right here. |
| *Tazama alivyo*, | Look at the way he is. |
| *Tazama nguo zilivyo chafu*, | See how dirty the clothes are. |
| *Sikia simba anavyonguruma*, | Hear how the lion is roaring. |
| *Hivi ndivyo mambo yalivyo*, | That is the way things are. |

## EXERCISE 35

Insert the right affixes in the blank spaces:
1. Watu hawa ndivyo wali...sema.

2. Je, mmefanya ali...waambia?
3. Tazama mikono ya mtoto ili....michafu!
4. Je, unajua ali...kwenda?
5. Tuli...kuwa watoto tulicheza kila siku.
6. Kitabu kili...potea ni hiki hapa.


## PREPOSITIONS

Some adverbs become prepositions when *ya* is added to them.
e.g. *baada ya*, from *baada; ndani ya*, from *ndani* etc..., without
changing the sense.

*Examples:*

| | | |
|---|---|---|
| Prep.: | *Njoo baada ya kula,* | Come after eating. |
| Adv.: | *Njoo baadaye,* | Come afterwards. |
| Prep.: | *Ingia ndani ya nyumba,* | Go inside the house. |
| Adv.: | *Ingia ndani,* | Go inside. |
| Prep.: | *Mbele ya shule,* | In front of the school. |
| Adv.: | *Njoo mbele,* | Come in front. |
| Prep.: | *Nyuma ya shule,* | Behind the school. |
| Adv.: | *Rudi nyuma,* | Go behind. |
| Prep.: | *Chini ya meza,* | Under the table. |
| Adv.: | *Kaa chini,* | Sit down. |
| Prep.: | *Nje ya nyumba,* | Outside the house. |
| Adv.: | *Usikae nje usiku,* | Don't stay outside at night. |
| Prep.: | *Katikati ya mji,* | In the centre of the town. |
| Adv.: | *Kaa katikati,* | Sit in the middle. |
| Prep.: | *Kati ya shule na shamba,* | Between the school and the farm. |
| Adv.: | *Weka mpira kati,* | Put the ball in the centre. |
| Prep.: | *Kabla ya kula,* | Before eating. |
| Adv.: | *Amekula kabla,* | He has eaten before. |
| Prep.: | *Karibu na,* | Near to. |
| Adv.: | *Karibu atakuja,* | He is about to come. |
| Prep.: | *Mbali na shule,* | Far from the school. |
| Adv.: | *Ameenda mbali,* | He has gone far away. |
| Prep.: | *Zaidi ya moja,* | More than one. |
| Adv.: | *Mpe zaidi,* | Give him more. |
| Prep.: | *Miongoni mwa watu,* | Among the people. |
| Adv.: | ...no adv. | |
| Prep.: | *Baina ya..* | Between... |

Adv.: ... no adv.
Prep.: *Wako pamoja,*      They are together with them.
Adv.: *Kaeni pamoja,*      Stay together.

## LESSON TWENTY SEVEN
### HOW TO TELL TIME IN SWAHILI

The Swahili day begins at 7 a.m. and ends at 6 p.m. It is called *siku* "day." The night is also 12 hours beginning at 7 p.m. and ending at 6 a.m. From 6 a.m. to about 10 a.m. it is *asubuhi*, "morning"; from 11 a.m. to about 4 p.m. it is *mchana,* "during the day"; from 5 p.m. to about 8 p.m. it is *jioni,* "evening". The night is *usiku* which means also "at night". e.g. *Alikuja usiku,* "He came at night". Likewise:

*Alikuja mchana,* "He came during the day".
*Alikuja asubuhi,* "He came in the morning".
*Alikuja jioni,* "He came in the evening".

Swahili time can be reckoned from the English time system in the following manner:

1) From 7 a.m. to 12 noon: subtract 6 from the English time, and you get the corresponding Swahili time,

e.g. $7 - 6 = 1$: *saa moja.*
$8 - 6 = 2$: *saa mbili.*
$12 - 6 = 6$ *saa sita,* etc.

As the word *saa,* "hour" is in the N class, the words *moja, mbili, tatu,* etc. do not take nominal prefixes. We say: *saa tatu, saa nne, saa tano,* etc... Now let us see if you can tell time in Swahili. What time is it in Swahili when it is 9 p.m.? How do you get the Swahili equivalent of 9 p.m.? Of course, you subtract 6 from 9 and get 3; so it becomes *saa tatu usiku* in Swahili.

2) From 1 p.m. to 6 p.m. add 6 to get the Swahili time.
e.g. 1 p.m. $+ 6 — 7$: *saa saba mchana.*
3 p.m. $+ 6 - 9$: *saa tisa mchana.*
6 p.m. $+ 6 — 12$: *saa kumi na mbili.*

3) Likewise, from 1 a.m. to 6 a.m. add 6 to get the Swahili time, thus:
1 a.m. $+ 6 - 7$: *saa saba usiku.*
2 a.m. $+ 6 - 8$: *saa nane usiku.*
6 a.m. $+ 6 - 12$: *saa kumi na mbili asubuhi.*

The expressions *kutwa,* "the whole day", and *kucha,* "the whole night", are common. e.g. *Tulifanya kazi kutwa,* "We worked the whole day". So too, *"Hatukulala usiku kucha,* "We did not sleep the whole night."

## EXERCISE 36

Translate into English:

1. Je, ulikuja saa ngapi[1] jana? Nilikuja saa moja jioni.
2. Ni saa ngapi? Sasa ni saa sita mchana.
3. Njoo kesho saa mbili asubuhi, nitakuwa nyumbani.
4. Je, unakwenda kazini saa ngapi? Saa moja na nusu[2].
5. Je, shule inaanza saa ngapi? Inaanza saa moja.
6. Watoto lazima waende kulala saa moja jioni na waamke saa kumi na mbili asubuhi.
7. Je, siyo mapema mno *(too early)?* Ni vizuri, watapata afya *(health).*
8. Tulifanya kazi jana kutwa, tulichoka sana. Tulirudi nyumbani saa tatu usiku.
9. Je, uliamka saa ngapi leo? Niliamka saa kumi na moja.
10. Baba alichelewa kurudi, alikuja saa saba usiku.

## LESSON TWENTY EIGHT
## NOMINAL PREFIXES

**Summary**

| Noun Class | Adjective | Verb Aff. | Verb Neg. | Posse-ssive | Of (-a) |
|---|---|---|---|---|---|
| M/WA | m/wa | a/wa | ha/hawa | w/w | w |
| M/MI | m/mi | u/i | hau/hai | w/y | w/y |
| KI/VI | ki/vi | ki/vi | haki/havi | ch/vy | ch/vy |
| N | N | i/zi | hai/hazi | y/z | y/z |
| Ø/MA | Ø/ma | li/ya | hali/haya | l/ya | l/y |
| U | m/n | u/zi | hau/hazi | w/z | w/z |
| PA | pa | pa | hapa | p | p |
| KU | ku | ku | haku | kw | kw |

---

1. *saa ngapi,* literally means "how many hours" i.e 'what time is it?
2. *nusu* means "half", so "half past seven" in this case.

## VERB "TO BE IN A PLACE"

| | |
|---|---|
| M/WA | yuko/wako (is, are) |
| M/MI | uko/iko |
| KI/VI | kiko/viko |
| N | iko/ziko |
| Ø/MA | liko/yako |
| U | uko/ziko |
| PA | pako |
| KU | kuko |
| U | uko/ziko |

*Singular*
Mtoto yuko wapi?
Mti uko hapa.
Kitabu kiko mezani.
Nyumba yako iko wapi?
Yai liko jikoni.
Ufa uko wapi?
Pahali pako wapi?
Kuimba kwake kuko wapi?

*Plural*
Watoto wako wapi?
Miti iko hapa.
Vitabu viko mezani.
Nyumba zako ziko wapi?
Mayai yako jikoni.
Nyufa ziko wapi?

## THIS AND THAT

| | | |
|---|---|---|
| M/WA | huyu/hawa (this, these) | yule/wale (that, those) |
| M/MI | huu/hii | ule/ile |
| KI/VI | hiki/hivi | kile/vile |
| N | hii/hizi | ile/zile |
| Ø/MA | hili/haya | ule/zile |
| PA | hapa | pale |
| KU | huku | kule |

## THAT AND THOSE (near you, or spoken about)

| | | Singular | Plural |
|---|---|---|---|
| M/WA | huyo/hao | Mtu huyo, | watu hao... |
| M/MI | huo/hiyo | Mti huo, | miti hiyo... |
| KI/VI | hicho/hivyo | Kitu hicho, | vitu hivyo... |
| N | hiyo/hizo | Nyumba hiyo, | nyumba hizo... |
| Ø/MA | hilo/hayo | Jina hilo, | majina hayo... |

| U | huo/hizo | Uso huo, | nyuso hizo... |
| PA | hapo | Pahali hapo... | |
| KU | huko | Kusoma huko... | |

## VERBS: ORDERS AND WISHES

|  |  |  | **Negative** |
| *Singular* | *Plural* | *Singular* | *Plural* |
| Soma, | someni, read | usisome, | msisome, don't read |
| Njoo, | njooni, come | usije, | msije, don't come |
| Kula, | kuleni, eat | usile, | msile, don't eat |
| Nenda, | nendeni, go | usiende, | msiende, don't go |
| Nije, | tuje, may I come[1] | nisije, | tusije, may I not come[1] |
| Aje, | waje, he may come[1] | asije, | wasije, he may not come[1] |

---

1. As already shown this form may be translated in various ways, e.g. nije, may mean "may I come? I should come, etc..." depending on the context. Practice alone will enable you to know the right word to use in a given context.

# Part two

# LESSON TWENTY NINE
## TATU[1] NA WATOTO WAKE NYUMBANI

**Vocabulary**

| | |
|---|---|
| nyumbani, | at home |
| shuleni, | at school |
| chakula bora | good, nourishing food |
| yai mayai, | egg, eggs |
| maziwa, | milk |
| mboga, | vegetable |
| mchele, | rice |
| matunda, | fruits (sing, tunda, fruit) |
| -bichi, | unripe, uncooked |
| -bivu, | ripe |
| kuiva, | to be ripe; to be cooked |
| safi, | clean; usafi, cleanliness |
| -chafu, | dirty; uchafu, dirt |
| kukataza, | to forbid |
| karibu na, | near, nearby |
| mbali na, | far away from |
| ugonjwa, ma-, | sickness, diseases |
| japo, | although    (also, ijapokuwa, ingawa, ingawaje) |

Tatu ni mama. Ana watoto watatu: Mashaka, Chausiku na Sijali. Tatu anakaa shamba pamoja na watoto wake. Ana shamba la matunda na mboga. Tatu anawapa watoto wake chakula bora kila siku: mboga, mayai, matunda, samaki, viazi, mchele, maziwa, nyama, n.k.

Siku moja Tatu alimwona mtoto wake, Mashaka, anakula matunda mabichi, akamkataza, kwa sababu si mazuri. Tatu alichukua tunda moja zuri akampa Mashaka. Mtoto huyo alifurahi sana, akasema, "Asante, mama."

Siku nyingien Tatu alikwenda mjini pamojan na mtoto wake, Chausiku. Njiani Chausiku alipata kiu akataka kunywa maji ya mtoni. Mama yake alimkataza akisema, "Maji ya mtoni si safi kwa kunywa, yana vidudu vya magon-

---

1. In these stories Tatu appears without a husband; that should not worry you.

jwa mbalimbali. Ngoja tufike nyumbani nitakupa maji safi."
Japo Chausiku alikuwa na kiu sana hakunywa maji yale,
alingoja mpaka walipofika nyumbani. Tatu anawalea watoto
wake vizuri; anawafundisha kwa maneno na kwa vitendo pia.
Tatu ni mama mwema.

## ZOEZI LA 37

1. Je, Tatu ana watoto wangapi? Taja majina yao.
2. Je, Tatu anakaa wapi? Anafanya nini?
3. Je, vyakula gani ni bora?
4. Je, nani alikula matunda mabichi? Tatu alifanya nini?
5. Je, mtoto alisema nini alipopewa tunda zuri na Tatu?
6. Je, kwa nini Tatu alimkataza Chausiku kunywa maji ya
   mtoni?
7. Je, Chausiku alifanya nini alipokatazwa kunywa maji na
   mama yake?
8. Je, Tatu ni mama mwema? Kwa nini unasema hivyo?
9. Je, Tatu alikwenda wapi na Chausiku?
10. Je, maji ya mtoni ni safi kwa kunywa? Kwa nini?

## NYUMBANI: USEFUL EXPRESSIONS

| | |
|---|---|
| kutandika kitanda, | to make a bed |
| kupangusa meza, | to dust a table |
| kuandaa meza, | to set the table |
| fungua mlango, dirisha, | open the door, the window |
| funga mlango, dirisha, | shut the door, the window |
| kufua nguo chafu, | to wash dirty clothes |
| kupiga pasi nguo, | to iron clothes |
| kupiga deki, | to wash the floor, clean it with water |
| weka chakula mezani, | put food on the table |
| kuona njaa, kiu, | to be hungry, thirsty |
| kusafisha vyombo, | to wash dishes |

## HADITHI

**Vocabulary**

| | |
|---|---|
| chuma matunda, | pick fruits |
| jikoni, | in the kitchen |

| *nyani,* | a baboon |
|---|---|
| *-ogopa,* | be frightened |
| *mayowe,* | yells |
| *hodari,* | brave |
| *fimbo,* | stick |

Tatu alikwenda shambani kuchuma matunda. Alipofika aliona mengine yameiva na mengine hayajaiva. Dada zake, Bahati na Amina, walitaka matunda. Walichuma matunda yote, mabivu na mabichi. Matunda mabichi waliyaweka jikoni yaive, matunda mabivu waliyala pale pale. Walikuwa na njaa. Walipokuwa pale shambani alitokea nyani mmoja mkubwa. Tatu na dada zake waliogopa sana. Walikimbilia nyumbani wakilia, "Nyani, nyani!" Waliposikia mayowe hayo, Mashaka na dada zake, Chausiku na Sijali, walitoka nje. Mashaka alikuwa kijana hodari. Alichukua fimbo akaenda shambani kumfukuza nyani yule. Nyani yule alipomwona Mashaka anakuja na fimbo, akakimbia, akaingia porini.

## ZOEZI LA 38

1. Je, nani alichuma matunda?
2. Je, matunda yote yalikuwa mabichi?
3. Je, Tatu na dada zake waliogopa nini? Walifanya nini?
4. Kwa nini Tatu na dada zake walikula matunda shambani?
5. Je, nani alimfukuza nyani?
6. Je, nyani alikwenda wapi?

## AMINA NA MPISHI WAKE JIKONI

**Vocabulary**

| *jiko, jikoni,* | kitchen, in the kitchen |
|---|---|
| *kijiko, vi-* | spoon(s) |
| *uma, nyuma,* | fork, forks |
| *kisu, vi-* | knife, knives |
| *sufuria,* | metal cooking pot(s) |
| *sahani,* | plate(s) |
| *kikombe, vi-* | cup(s) |
| *chai, kahawa, sukari,* | tea, coffee, sugar |

| | |
|---|---|
| *siagi, jibini,* | butter, cheese |
| *mkate, mi-* | bread |
| *asali, chumvi,* | honey, salt |

**Amina**     : Mpishi, leo utapika nini?
**Mpishi**    : Nitapika wali na samaki, najua wewe huli samaki, nitakupikia nyama.
**Amina**     : Vizuri sana. Je, wageni wote wanakula samaki, umewauliza?
**Mpishi**    : Hapana, sikuwauliza; ngoja nitakwenda kuwauliza sasa hivi.
**Amina**     : Fanya haraka, sasa ni saa tano, tutakula saa ngapi leo?
**Mpishi**    : Usiwe na wasi wasi, chakula kitakuwa tayari mapema kama kawaida.
**Amina**     : Haya, nenda, fanya kazi zako, ukitaka msaada niite, umesikia?
**Mpishi**    : Ndiyo, mama.


### CHUMBA CHA KULALA "THE BED ROOM"

**Useful Expressions**

| | |
|---|---|
| *chumba, vyumba,* | room, rooms |
| *chumba cha kulala,* | bedroom |
| *kulala,* | to sleep, lie down |
| *kuamka,* | to get up, wake up |
| *kuamsha,* | to awaken |
| *asubuhi,* | morning, in the morning |
| *jioni,* | evening, in the evening |
| *mchana,* | daytime, during the day |
| *mchana kutwa,* | the whole day |
| *usiku,* | night, at night |
| *usiku kucha,* | the whole night |
| *kitanda, vi-* | bed, beds |
| *kitandani,* | in bed, on the bed |
| *katika kitanda,* | in bed |
| *mto, mito,* | pillow(s) (*mto,* also means "river".) |
| *godoro, ma-* | mattress(es) |
| *taa, taa ya umeme,* | lamp, electric lamp |
| *kuwasha taa,* | to light a lamp |

| kuzima taa, | to put out light |
|---|---|
| choo, chooni, | toilet, in the toilet |
| bafu, bafuni, | bath-room, in the bath-room |
| kuoga, | to take a bath |
| kunawa, | to wash one's hands and face |

# LESSON THIRTY
## TATU AENDA SOKONI

**Vocabulary**

| soko, sokoni, | market, in the market |
|---|---|
| mji, mjini, | town, in the town |
| njia, njiani, | way, on the way |
| basi, mabasi, | bus, buses |
| basi, | so, then; enough, stop! |
| kutuma, kutumwa, | to send, to be sent |
| peke yangu, peke yako, n.k. | I alone, you alone, etc... |
| kupenda, kupendana, | to love, to like; to love each other |
| kukosa; kosa, makosa, | to miss, to mistake; a mistake, mistakes |
| nafasi; wakati, | opportunity; time |
| kuongea, | to talk, converse |
| kusindikiza, | to accompany, escort |
| sababu; kwa sababu, | cause; because |

Tatu alipokuwa mtoto alikuwa na rafiki jina lake Chenga. Tatu na Chenga walipendana sana. Kila siku walikwenda shuleni pamoja, walicheza pamoja. Siku moja Tatu alitumwa na mama yake sokoni. Alikuwa peke yake njiani. Alikutana na Chenga, wakaamkiana hivi:

| Chenga | : Jambo (hujambo) Tatu? |
|---|---|
| Tatu | : Sijambo,  je,  wewe hujambo? |
| Chenga | : Mimi sijambo kabisa, wewe je? |
| Tatu | : Usiwe na shaka, mimi mzima tu. |
| Chenga | : Ni furaha kubwa leo kukutana nawe peke yako saa hizi. Unakwenda wapi? |
| Tatu | : Ninakwenda sokoni; mama amenituma peke |

|  |  |
|---|---|
|  | yangu leo. |
| **Chenga** | : Je, nikusindikize? Sina kazi, nitafurahi kwenda nawe. |
| **Tatu** | : Ukitaka twende. Ninaogopa kwenda peke yangu. |
| **Chenga** | : Ni bahati kwangu kupata nafasi hii. |
| **Tatu** | : Bahati gani? Mbona tunaonana kila siku? |
| **Chenga** | : Ndiyo, lakini leo ni tofauti na siku nyingine. |
| **Tatu** | : Tofauti gani? Mimi naona sawa tu kama jana na juzi na siku zote. |
| **Chenga** | : Iko tofauti, nitakwambia sasa hivi. Twende tu. |
| **Tatu** | : Haya, niambie basi, kitu gani hicho? Siri, au nini? |
| **Chenga** | : Usiwe na haraka, nitakwambia tu, ngoja kidogo. |
| **Tatu** | : Ningoje nini? Niambie tu, niko hapa, sitakukimbia. |
| **Chenga** | : Nilitaka kukwambia tangu siku nyingi, lakini sikuwa na nafasi. |
| **Tatu** | : Mbona unazidi kuzunguka tu wala husemi chochote cha maana. |
| **Chenga** | : Ni hivi, ningependa wewe na mimi, tukisha kuwa wakubwa tuoane, unasemaje? Hupendi kuwa mke wangu wa maisha? |
| **Tatu** | : Maneno yako hayana maana, kama umekosa la kusema heri kunyamaza. |
| **Chenga** | : Najua huwezi kukubali mara moja, nenda ukafikiri polepole. |
| **Tatu** | : Sina cha kufikiri, inafaa tuongee mambo mengine. Unaona basi lile? |
| **Chenga** | : Twende upesi, tutachelewa, mabasi hapa ni shida sana siku hizi. |

## ZOEZI LA 39

1. Tatu alikutana na nani alipokwenda sokoni?
2. Nani alisema, "Tofauti gani?"
3. Nani alisema, "Kitu gani hicho?"
4. Nani alimsindikiza Tatu?
5. Nani alisema, "Maneno yako hayana maana"?
6. Nani alisema, "Inafaa tuongee mambo mengine"?

7. Nani alisema, "Ni bahati yangu"?
8. Chenga alimwambia nini Tatu kuhusu kuoana?
9. Je, mabasi ni rahisi au ni shida kuyapata?
10. Je, Tatu alikuwa mtoto au mtu mzima wakati huu?

## Useful Expressions

| | |
|---|---|
| *Bei gani?* | What is the price? |
| *Machungwa haya ni thumni kila moja na yale pale ni senti thelathini.* | These oranges are fifty cents each and those there are thirty cents each. |
| *Nipe matano ya thumni,* | Give me five for fifty cents each. |
| *Ndizi, je, bei gani?* | What is the price of the bananas? |
| *Ndizi ni nne shilingi,* | Bananas are four for a shilling. |
| *Mbona ghali hivi?* | Why are they so dear? |
| *Ndiyo bei yake siku hizi,* | This is the price nowadays. |
| *Ebu, nipe nyanya mbili,* | Please. give me two tomatoes. |
| *Ni bei gani jumla?* | What is the total price? |
| *Nipe shilingi kumi,* | Give me ten shillings. |
| *Tatu, bado unanunua?* | Tatu, are you still buying? |
| *Nimemaliza, twende,* | I am ready, let us go. |
| *Vitu vimepanda bei!* | Things have become so expensive! |
| *Ndugu yangu, sijui tutafanya nini sasa?* | Oh dear, I don't know what we should do now. |
| *Sisi watu wadogo tuna taabu, kweli!* | We people of low income are in trouble, indeed! |
| *Basi lile, linakuja,* | There comes the bus. |
| *Kwa heri, dada.* | Bye bye, dear sister. |

## LESSON THIRTY ONE
## DUKANI

### Vocabulary

| | |
|---|---|
| *duka, ma-,* | shop, shops |
| *madukani,* | at the shopping centre |
| *kwenda dukani,* | to go shopping, to go to the shop |

| | |
|---|---|
| kuuza; kununua, | to sell; to buy |
| nguo, | clothes, cloth, dress, dresses |
| **nguo mpya, nguo ya zamani,** | new clothes; old dress |
| kushona; cherehani, | to sew; sewing machine |
| kupima nguo, | to take measure of a dress |
| nipime nguo, | take my measure for a dress |
| mashono bei gani? | how much do you charge for sewing? |
| | |
| inategemea kitambaa, | it all depends on the material |
| suruali; koti, | a pair of trousers; a coat |
| blauzi; sketi, | blouse; skirt |
| sweta; chupi, vesti, | sweater; underpants, vest |
| taulo; shuka; mashuka, | towel; bedsheet; bedsheets |
| blanketi; nguo za watoto; | blanket(s); children's clothes |
| bizari; pilipili, | curry powder; pepper |

Tatu aliwaambia watoto wake waende dukani kununua vitu. Chausiku alisema, "Mama nitakwenda peke yangu dukani, siogopi kitu". Mashaka aliposikia vile alifurahi kwa sababu hakutaka kwenda dukani; alitaka kucheza mpira. Basi, Chausiku aliondoka mara moja. Alifika dukani akakuta watu wengi. Aliuliza, "Je, mchele uko?" Mwenye duka alijibu, "Mchele uko, dada; unataka kiasi gani?" Chausiku alijibu, "Nipe kilo tano. Nipe pia nusu kilo ya binzari, robo kilo ya pilipili na kilo moja viazi. Nipe upesi nikimbilie nyumbani, mama ananingojea njiani kwa sababu usiku umeingia nami niko peke yangu."

Mwenye duka alisema, "Haya, dada Chausiku, vitu vyako hivi hapa, nipe shilingi kumi na thumni. Chausiku alisema, "Sina shilingi kumi na thumni, ninazo shilingi tisa na thumni tu." Mwenye duka alisema, "Haya, si kitu, nipe hizo hizo tu." Chausiku alitoa fedha, akachukua vitu vyake, akaondoka mbio. Alifika nyumbani kabla giza halijazidi.


## ZOEZI LA 40

1. Tatu aliwaambia nini watoto wake?
2. Nani alikwenda dukani?
3. Kwa nini Mashaka hakutaka kwenda dukani?
4. Chausiku alinunua nini na nini dukani?
5. Mwenye duka alitaka shilingi ngapi? Alipata shilingi

76

ngapi?
6. Je, Chausiku alinunua binzari kilo ngapi?
7. Je, nani alisema, "Lete hizo hizo tu?"
8. Je, Chausiku alifika nyumbani lini?
9. Je, Chausiku alikwenda dukani na nani?
10. Je, Chausiku aliogopa kwenda peke yake?

## Useful Expressions

| | |
|---|---|
| *Dukani; madukani.* | In, at the shop(s); shopping centre |
| *Bei, bei gani?* | Price; what is the price? |
| *Vitu vimepanda bei,* | Prices have gone up |
| *Punguza bei,* | Reduce the price |
| *Ongeza bei, pandisha bei,* | Increase the price |
| *Ndizi hizi bei gani?* | What is the price of these bananas? |
| *Samaki hizi bei gani?* | How much are these fishes? |
| *Samaki mmoja ni shilingi mbili.* | They are two shillings each. |
| *Mbona ghali sana?* | Why are they so expensive? |
| *Si ghali, ndiyo bei yao,* | They are not expensive, that's the price. |
| *Haya, nipe mbili,* | Well, give me two. |
| *Usiuze ghali namna hii,* | Don't sell at such a high price. |
| *Nisipofanya hivyo sipati faida* | If I don't do that I will get no profit. |

## LESSON THIRTY TWO
### BARABARANI

### Vocabulary

| | |
|---|---|
| *mume (wa),* | husband (her) |
| *lami,* | tarmac |
| *dereva,* | driver |
| **desturi,** | custom |
| *barabara, barabarani,* | road, on the road |
| *gari; magari;* | car, cars |
| *kuendesha,* | to drive |
| *kusimama; kusimamisha,* | to stop, to make stop |
| *kukimbiza gari,* | to drive fast |

| | |
|---|---|
| *tope, matope,* | mud |
| *utelezi; kuteleza,* | slippery, to slip |
| *mvua; kunyesha,* | rain, to rain |
| *kukwama; kusukuma,* | to get stuck, to push |
| *kupanda; kushuka,* | to climb up, to descend |
| *kwenda kwa gari,* | to go by car |

Amina, dada yake Tatu, anafahamu kuendesha gari. Mumewe ana gari jipya aina ya VW. Amina ni dereva hodari; haendeshi mbio, anajua kuwa kukimbiza gari ni hatari. Ukienda kwa gari lake utafurahi, hutaogopa.

Siku moja Amina alikwenda shambani kwa gari. Njiani aliuliza habari za barabara, kwa sababu mvua ilinyesha usiku. Madereva wengine walimwambia njia ilikuwa mbaya sana, yenye matope mengi na utelezi. Basi, Amina aliendesha polepole sana. Alikutana na lori moja. Dereva wa lori alikuwa akiendesha mbio. Amina alikwenda pembeni kumpisha, na hapo alikwama vibaya sana. Kwa bahati lori lile lilikuwa na watu wengi wenye nguvu. Walisaidia kusukuma gari la Amina. Alipotoka katika matope Amina alifurahi sana. Alisema, "Asanteni sana, ndugu. Sijui ningefanya nini peke yangu". Watu wale walimsifu Amina kwa uhodari wake. Walisema, "Dada, wewe ni dereva hodari, lakini barabara hizi hazina dereva hodari, kila dereva hukwama mara kwa mara. Kukwama ni desturi katika barabara zetu kwa sababu hakuna lami."

## ZOEZI LA 41

1. Je, kwa nini Amina alikwama?
2. Je, nani alimsaidia kusukuma gari lake?
3. Je, kwa nini ni desturi kukwama katika barabara zetu?
4. Je, nani alikwenda mbio?
5. Je, nani ni dereva hodari? Amina au dereva wa lori?
6. Je, Amina huendesha mbio? Kwa nini?
7. Je, kwa nini Amina aliuliza habari za barabara?
8. Je, Amina alipata habari gani za barabara?

**Useful Expressions**

| | |
|---|---|
| *petroli, stesheni ya petroli,* | petrol, petrol station |
| *nipe petroli lita kumi,* | give me 10 litres of petrol |

| | |
|---|---|
| *ebu, angalia oili,* | check the oil |
| *pima upepo,* | check pressure (of tyres) |
| *jaza upepo,* | fill in the tyres |
| *kuna pancha,* | there is a puncture |
| *ziba pancha hii,* | stop this puncture |
| *hakuna pancha; valvu inavuja,* | no puncture; valve leakage |
| *gari limeharibika,* | the car is out of order |
| *tengeneza gari,* | repair a car |
| *kuegesha gari,* | to park a car |
| *pita kushoto, kulia,* | keep left, right |
| *njia ina matope sana,* | the way is very muddy |
| *nenda polepole,* | go slowly |
| *weka cheni, vingine hupiti,* | put chains, otherwise you won't pass |
| *ni hatari, kuna hatari,* | it is dangerous, there is danger |
| *gari haliwaki, limewaka,* | car does not start, it has started |
| *washa gari, zima gari,* | start the car, switch off |

## LESSON THIRTY THREE
## TATU BAHARINI

**Vocabulary**

| | |
|---|---|
| *bahari, baharini,* | ocean; in the ocean |
| *kuogelea, kupiga mbizi,* | to swim; to dive |
| *kuvua samaki,* | to fish |
| *kuzama, kuzamisha,* | to sink; to cause to sink |
| *kuelea; meli,* | to float, ship |
| *baharia, mwanamaji,* | a sailor, seaman |
| *haramia, maharamia,* | sea pirate(s) |
| *kuchafuka,* | to be angry, e.g. *Bahari imechafuka,* "the sea is rough;" *Baba amechafuka leo,* "father is angry today". |
| *katika bahari,* | in the sea, in the ocean |
| *katikati ya bahari,* | in the middle of the ocean |
| *licha,* | let alone, not to mention |

Siku moja Tatu alikwenda baharini kuogelea. Alikwenda

79

pamoja na watoto wake. Ilikuwa ni mara ya kwanza kwa watoto wake kufika baharini, licha ya kuogelea. Sijali aliogopa kuingia majini, hasa alipoona mawimbi yakipanda na kushuka kwa nguvu. Mashaka alijitupa majini akajaribu kuogelea. Mama yao alimshika Sijali mkono akamchukua polepole mpaka kwenye maji mengi. Chausiku na Mashaka walimfuata mama yao nyuma. Tatu aliwaonyesha namna ya kuogelea. Baada ya muda mfupi Tatu na watoto wake walianza kucheza majini bila woga.

Walipochoka kuogelea Tatu na watoto wake walikwenda kuangalia meli. Siku hiyo meli nyingi zilifika kutoka nchi mbalimbali zenye kufanya biashara na nchi hii. Meli hizi zilileta bidhaa na kuchukua mazao ya nchi hii kupeleka nchi za nje. Watoto walimwuliza Tatu maswali mengi kuhusu meli na safari zake. Tatu alijibu maswali machache na hapo aliwaambia watoto wake, "Twendeni nyumbani sasa, nitajibu maswali yenu tukifika nyumbani."


## ZOEZI LA 42

1. Je, Tatu alikwenda wapi na watoto wake?
2. Je, nani aliogopa kuingia baharini?
3. Je, Mashaka aliogopa kuingia majini?
4. Je, nani alijaribu kuogelea?
5. Je, Chausiku alifanya nini baharini?
6. Je, Tatu alipochoka kuogelea alifanya nini?
7. Je, meli zinakuja kufanya nini?
8. Je, nani aliuliza maswali mengi?
9. Je, Tatu alijibu maswali yote ya watoto wake?
10. Je, nani alishikwa mkono baharini?

**Useful Expressions**

| | |
|---|---|
| *maji kupwa, maji kujaa,* | low tide; high tide |
| *maji ya chumvi, maji matamu,* | salt water; sweet water (not salty) |
| *mvuvi wa samaki, wa-* | fisherman, -men, |
| *kusafiri majini,* | to sail |
| *bandari, bandarini,* | port; at the port |
| *kutia nanga; nanga,* | to lower the anchor; anchor |
| *kung'oa nanga,* | to depart (of ship) |
| *homa ya baharini,* | sea-sickness |

| | |
|---|---|
| *meli imezama,* | the ship has sunk |
| *meli zimegongana na kuzama,* | ships have collided and sunk |
| *wimbi; mawimbi,* | wave; waves |
| *je, unajua kuogelea?* | can you swim? |
| *sijui hata kidogo,* | I can't swim at all |
| *nitakufunza kuogelea,* | I will teach you how to swim |
| *kuogelea ni mchezo mzuri sana,* | swimming is a very good game |
| *si vigumu kuogelea, unaelea tu,* | it is not difficult to swim, you just float |
| *jaribu kuogelea hapa, maji si mengi,* | try to swim here, the water is not deep |

## LESSON THIRTY FOUR
## TATU SERENGETI

### Vocabulary

| | |
|---|---|
| *nyama; nyama mbichi,* | meat; raw meat |
| *mnyama; wanyama,* | animal, animals |
| *mnyama wa porini, wa-,* | wild animal(s) |
| *mbuga ya wanyama,* | plain reserved for animals |
| *bustani ya wanyama,* | zoo |
| *simba,* | lion |
| *tembo,* | elephant |
| *chui,* | leopard |
| *punda milia,* | zebra |
| *fisi,* | hyena |
| *swala,* | impala |
| *sungura,* | hare |
| *kifaru,* | rhino |
| *kiboko, vi-,* | hippo(s) |
| *nyati,* | buffalo |
| *nyani,* | monkey(s) |
| *nguruwe,* | pig |
| *nguruwe mwitu,* | wild pig |
| *mbuni,* | ostrich |
| *twiga,* | giraffe |
| *wanyama wa nyumbani* | domestic animals |
| *mbwa,* | dog |
| *paka,* | cat |

| | |
|---|---|
| *mbuzi,* | goat |
| *kondoo,* | sheep |
| *ng'ombe,* | cow, cattle |
| *kuku,* | hen |
| *punda,* | donkey |
| *farasi,* | horse |

Tanzania kuna mbuga kubwa ya wanyama wa porini. Je unajua jina la mbuga hiyo! Inaitwa Serengeti. Iko karibu na mji wa Arusha. Serengeti kuna wanyama wa kila aina, wakubwa na wadogo, kwa mfano: tembo, twiga, kifaru, simba, chui, nyati, mbuni, swala, na wengine wengi. Ukitaka kuwaona wanyama wote hawa nenda Serengeti. Kila mwaka watu wengi huja Serengeti kuona wanyama. Wanatoka nchi mbalimbali: Ulaya, Amerika, Asia, na nchi nyingine.

Tatu na watoto wake walisikia habari za Serengeti. Siku moja walikwenda kuona wanyama Serengeti. Walipofika Arusha walikutana na watalii wengi, wakaenda Serengeti pamoja. Tatu alifurahi sana kupata nafasi hii kuwaonyesha watoto wake mbuga hii kubwa va wanyama.

Japo walikuwa ndani ya gari Sijali aliogopa sana alipoona simba amelala na twiga wakila majani. Mama yake alimwambia, "Usiogope, hakuna hatari." Mashaka na Chausiku waliongea peke yao, sijui waliongea nini. Nafikiri waliongea juu ya wanyama wa porini. Hii ilikuwa mara yao ya kwanza kuona wanyama wengi namna hii. Walifurahi sana.

Jioni, Tatu na watoto wake walirudi Arusha mjini, wakalala kwa shangazi yao. Watoto wake walieleza mambo waliyoyaona Serengeti. Shangazi yao alifurahi kusikia hadithi zao, mwishowe alisema, "Mimi pia nitakwenda Serengeti mwaka ujao mtakapokwenda , au mnasemaje? Watoto walijibu wote pamoja, "Ndiyo, shangazi, twende pamoja; Serengeti ni kuzuri sana. Ni moja ya maajabu ya dunia, au sivyo mama?" Mama yao alikuwa bafuni; hakusikia walichosema watoto wake. Kama angesikia, bila shaka angekubaliana na watoto wake.

1. Je, Serengeti ni nini? Iko wapi?
2. Je, watu hufika Serengeti kufanya nini?
3. Je, nani aliogopa simba Serengeti?
4. Je, watalii wanaokuja Serengeti hutoka nchi gani?
5. Je, Tatu alikutana na watalii wapi?
6. Je, nani alisema, "Hakuna hatari?" Kwa nini alisema hivyo?
7. Je, Tatu na watoto wake walilala wapi walipotoka Serengeti?
8. Je, shangazi yao alisema nini?
9. Je, nani alisema Serengeti ni moja ya maajabu ya dunia?
10. Je, nani alikuwa bafuni?

## Useful Expressions

| | |
|---|---|
| *Je, umepata kuona simba?* | Have you ever seen a lion? |
| *Je, umekwisha fika Serengeti?* | Have you been to Serengeti? |
| *Bado sijaona simba, wewe je?* | I have not yet seen a lion, what about you? |
| *Twende Serengeti tukaone simba,* | Let us go to Serengeti to see lions. |
| *Twende ofisi ya utalii Arusha,* | Let us go to the tourist office in Arusha. |
| *Je, unapenda kuwinda?* | Do you like hunting? |
| *Sijui kupiga bunduki,* | I don't know how to shoot a gun. |
| *Sipendi kuwinda, ni hatari,* | I don't like hunting, it is dangerous. |
| *Ndugu yangu ni mwindaji hodari,* | My brother is a good hunter. |
| *Ana shabaha sana,* | He is a good shot. |
| *Ana leseni ya kuwinda tembo,* | He has a permit to hunt elephants. |
| *Siku moja alifukuzwa na tembo, lakini haachi kuwinda,* | He was one day chased by an elephant but he does not stop hunting. |
| *Siku moja alikutana na simba porini ana kwa ana, hakujua bunduki yake ilivyoanguka,* | One day he met a lion face to face, he did not know how his gun dropped (from his hand). |
| *Kuwinda kunapunguza* | Hunting reduces the number |

| | |
|---|---|
| wanyama, ijapokuwa wanazaliana, | of animals, even though they reproduce themselves. |
| Żamani dunia ilijaa wanyama, lakini leo wamebaki wachache tu, | Formerly the earth was full of animals, but today only a few remain. |
| Nyama ya nguruwe mwitu ni nzuri, lakini nyama ya swala ni nzuri zaidi. | Meat from the wild pigs is good but the meat from impala is better. |

# LESSON THIRTY FIVE
## BARS AND RESTAURANTS
### Useful Expressions

Some people like to take some refreshments after visiting places like Serengeti, so here are some of the expressions you may need:

| | |
|---|---|
| chai, chai ya rangi, | tea; tea without milk. |
| kahawa; kahawa ya rangi, | coffee; coffee without milk. |
| maji ya machungwa, | orange squash; orange juice. |
| maziwa moto; baridi, | hot milk; cold milk. |
| bia moja baridi sana, | one very cold beer. |
| bia moja moto, | one warm beer. |
| soda na barafu, | soda with ice. |
| leo kuna chakula gani? | What kind of food is there today? |
| leo kuna viazi, nyama na matunda | Today there are potatoes, meat and fruit. |
| Je, kuna sikilimu? | Is there ice-cream? |
| Je, naweza kupata saladi? | Can I get some salads? |
| Bila shaka bwana, utapata, | Certainly sir, you will get it. |
| Niletee maji baridi na wiski, | Bring me cold water and whisky. |
| Wiski pegi ngapi? | How many pegs of whisky (do you want)? |
| Nipe nusu glasi, ni pegi ngapi? | Give me half a galss, how many pegs is it? |
| Ebu, niletee karoti kidogo, | Bring me some carrots. |

| | |
|---|---|
| *nyama ya kondoo,* | mutton. |
| *nyama ya ng'ombe,* | beaf. |
| *nyama ya nguruwe,* | pork. |
| *nyama ya kuku,* | chicken. |
| *Je, kuna nyama ya kuchoma hapa?* | Do you have roast meat here? |
| *Ndiyo, iko, unataka kiasi gani?* | Yes, we have, how much do you want? |
| *Je, wanaweka vitunguu na pilipili?* | Do you put in onions and pepper? |
| *Ndiyo, kama unataka watakuwekea,* | Yes, if you so desire they will put them in. |
| *Je, unakunywa nini?* | What do you drink? |
| *Nakunywa "ndovu"[1] baridi,* | I drink cold *ndovu*. |

## LESSON THIRTY SIX
### KIWANJA CHA NDEGE

#### Vocabulary

| | |
|---|---|
| *kiwanja; kiwanja cha ndege,* | plot, ground; airport |
| *ndege; kwenda kwa ndege,* | bird, aircraft; to go by air |
| *kuruka kwa ndege,* | to fly (by aircraft) |
| *kushuka; kutua,* | to descend; to land |
| *kusafiri kwa ndege,* | to travel by air |
| *kupima mizigo,* | to check in |
| *mzigo; mizigo,* | load; loads; luggage |
| *sanduku; masanduku,* | suitcase (s) |
| *juu; juu angani,* | up; up in the sky |
| *anga; angani,* | sky; in the sky |
| *rubani, ma-,* | pilot(s) |
| *wafanya kazi wa ndege,* | crew |
| *kwenye kiwanja cha ndege,* | at the airport |
| *kukaguliwa na polisi,* | to be checked by the police. |
| *kuteka nyara ndege,* | to hijack a plane. |

---

1. *Ndovu:* a brand of beer brewed in Tanzania. Other brands are: *Safari, Pilsner* and *Snow-cap.*

Tatu alikuwa na rafiki, jina lake Wambura. Siku moja Wambura alimwandikia Tatu barua. Katika barua ile alisema. "Salamu, rafiki yangu, nitakuja kwa ndege kesho kutwa, tutaonana na kuongea mengi..." Tatu alikwenda kiwanjani kumpokea rafiki yake. Wambura alitoka Nairobi kwa ndege ya asubuhi; waliondoka Nairobi saa mbili na walifika Arusha saa mbili na nusu.

Ndege ilipotua Wambura alitoka pamoja na wasafiri wengine. Tatu alimpokea mizigo yake na kuiweka katika teksi. Njiani waliongea kwa furaha, mara kwa mara walicheka sana. Dereva wa teksi alifurahi pia kusikiliza mazungumzo yao. Kwa kweli ni furaha kuona watu wanaopendana.

Walipofika nyumbani kwa Tatu, watoto walikuja kumsalimu mgeni. Mashaka alisaidia kuchukua mizigo na Chausiku aliandaa meza. Sijali alikuwa nje akicheza na wenzake. Mama yake alimwita akaja mara moja. Jioni Wambura aliwasimulia habari za safari yake ya ndege.

## ZOEZI LA 44

1. Je, rafiki ya Tatu ni nani? Anakaa wapi?
2. Je, barua ilitoka kwa nani? Ilisema nini?
3. Je, rafiki ya Tatu alifika Arusha saa ngapi?
4. Ndege ilichukua muda gani kutoka Nairobi mpaka Arusha?
5. Je, kwa nini dereva wa teksi alifurahi?
6. Je, Sijali alikuwa wapi mama yake alipomwita?
7. Je, nani alisaidia kuchukua mizigo?
8. Je, Chausiku alifanya nini?
9. Je, nani alisafiri kwa ndege na baadaye kusimulia juu ya safari yake?
10. Je, ndege ilipotua Wambura alifanya nini?

## Useful Expressions

| | |
|---|---|
| barua ya ndege, | airmail. |
| kupeleka barua kwa ndege, | to send letters by airmail. |
| kuondoka; ndege imeondoka, | to depart, the aircraft has taken off. |
| kupokea mgeni, | to receive a guest. |
| mgeni alipokewa vizuri sana, | the guest was very well received. |

| | |
|---|---|
| kusindikiza mgeni, | to see a guest off, to escort. |
| kuaga; kuagana, | to take leave of; to part company. |
| ndege kuanguka, | air crash. |
| ajali ya ndege, | air accident. |
| Barua ya ndege inachukua saa moja toka Arusha mpaka Nairobi, | Airmail takes one hour from Arusha to Nairobi. |
| kufunga mkanda; kufungua mkanda, | to tie the belt, to untie the belt. |
| kuvuta sigareti, | to smoke. |
| msivute mpaka tufike angani, | Don't smoke until we are up in the air. |
| Zimeni sigara zenu sasa, | Put out your cigarettes now. |
| Mnaweza kuvuta sasa, | You may smoke now. |
| Kaeni wima vitini, | Stay up in your chairs. |
| Mnaweza kulala sasa, | You may recline now. |
| Je, hupendi safari ya ndege? | Don't you like to go by air? |
| Ninaogopa kusafiri angani, | I am afraid to travel in the air. |
| Hakuna sababu ya kuogopa | No reason to be afraid. |
| Ndege karibu itaondoka | The aircraft is about to take off. |
| Hali ya hewa si nzuri, | The weather is not good. |
| Kuna mawingu na ukungu mwingi, | There are clouds and much fog. |
| Kiwanja kimetanda ukungu, | The airport is covered with fog. |
| Kuna mvua pia leo, | There is rain also today. |
| Ndege nyingi zinashindwa kutua shauri ya ukungu, | Many aircrafts cannot land because of fog. |
| Karibu jua litatoka, | The sun is about to come out. |
| Ukungu umezidi siku hizi, | There is too much fog nowadays. |

### HADITHI

Ndege moja ilikuwa angani. Rubani aliwaambia wasafiri, "Mnaweza kuvuta sigara sasa." Baada ya muda mfupi, alitoa sauti kubwa akisema, "Zimeni sigara zenu upesi, na vaeni mikanda mara moja." Watu wote waliogopa. Ndege ilikuwa juu ya mawingu, ikaanza kushuka upesi upesi. Chini ya mawingu kulikuwa na ukungu; rubani hakuweza kuona kiwanja cha ndege. Alijaribu kuzunguka lakini nde-

ge ilizidi kushuka. Mwishowe alitua shambani.
Rubani huyu alikuwa hodari sana. Japo ndege ilikuwa
mbovu, lakini alitua salama, hakuna mtu aliyeumia. Ndege
ilipotua wasafiri wote walitoka wakitetemeka. Wote walim-
shika rubani mkono na kumpa heko kwa uhodari wake.
Watu wengi walikuja kuona ajali hii ya ndege. Walishangaa
walipoona wasafiri wote salama kabisa. Baada ya saa moja
hivi helikopta ilikuja ikawachukua wasafiri wote.

## ZOEZI LA 45

1. Kwa nini rubani alipewa heko na wasafiri?
2. Je, ndege ilitua wapi? Kwa nini?
3. Je, nani aliyeumia katika ndege hii?
4. Je, kwa nini watu walishangaa?
5. Je, nani alikuja kuwachukua wasafiri?

## LESSON THIRTY SEVEN
## KAZINI

**Vocabulary**

| | |
|---|---|
| kazi; kazini, | work; at work |
| kufanya kazi; kwa bidii, | to work; with effort |
| kufika kazini, | to report for work |
| kuchelewa kazini, | to come late to work |
| kuacha kazi, | to stop working, resign |
| kufukuzwa kazi, | to be fired out from work |
| lazima kila mtu afanye kazi, | everybody must work |
| mvivu wa kazi, | too lazy to work |
| hodari wa kazi, | good at work |
| kutafuta kazi; kupata kazi, | to look for work; to get a job |
| unataka kazi gani? | what type of work do you want? |
| kazi yoyote ile, | any kind of work, no matter what kind |
| kulima; kupanda mbegu, | to cultivate, to sow seeds |
| kuvuna; mavuno, | to harvest; harvest |

Tatu ana shamba kubwa. Anafanya kazi shambani
pamoja na watoto wake. Kila mwaka wanapanda mbegu

88

nzuri za mahindi, mchele, maharage na mihogo. Tatu hapendi mtoto mvivu. Siku moja Mashaka alichelewa kufika shambani. Mama yake alimwambia, "Ukichelewa tena utalima peke yako wakati sisi tumekwenda nyumbani". Toka siku ile Mashaka hajachelewa tena kazini. Watoto wa Tatu wanajua lazima kila mtu afanye kazi. Tatu anafanya kazi kwa bidii, na watoto wake pia wanafanya kazi kwa bidii.

Mwaka jana Tatu na watoto wake walipata mavuno mazuri sana. Tatu hana shida ya chakula, watoto wake kila siku wanakula chakula bora. Mara kwa mara Tatu huenda sokoni kununua samaki, vitunguu na nyama. Kila siku anawapa watoto wake chakula cha kuchukua shuleni. Jioni wakirudi wanamsaidia kazi shambani. Mashaka ni hodari sana shuleni, walimu wake wanampenda sana. Chausiku ameanza kusoma juzi tu. Sijali bado mdogo.

## ZOEZI LA 46

1. Nani alichelewa kazini siku moja? Tatu alisema nini?
2. Tatu ana nini? Anafanya kazi na nani?
3. Nani alipata mavuno mazuri mwaka jana ?
4. Je, kuna shida ya chakula kwa Tatu? Kwa nini?
5. Je, watoto wa Tatu huchukua nini shuleni?
6. Je, watoto wa Tatu hufanya nini wakirudi shuleni?
7. Je, kwa nini Mashaka anapendwa na walimu wake?
8. Je, Sijali anakwenda shule? Kwa nini?
9. Je, Chausiku alianza shule lini?
10. Je, nani anafanya kazi kwa bidii?

## Useful Expressions

| | |
|---|---|
| *kumaliza kazi,* | to finish work |
| *kwenda kazini,* | to go to work |
| *kutoka kazini,* | to come from work |
| *baba yuko kazini,* | father is at work |
| *baba hajarudi kazini,* | father has not yet returned from work |
| *kuanza kazi,* | to begin working |
| *kufanya uzembe kazini,* | to be careless at work |
| *kuwahi kazini; kuchelewa,* | to be on time for work; to be late |
| *kupoteza; kupoteza muda,* | to lose; to waste time |

**Vocabulary**

shairi, poem
karani, clerk
us'ende (usiende), do not go
ngazi, step, or staircase

kusifu, to praise
kupanda, to plant
adhuhuri, midday
mnazi, palm tree

(See also the vocabulary list at the end of this book)

1. Usende mjini kutafuta kazi,
   Utapoteza muda hiyo ni wazi,
   Kilimo shambani ndiyo hasa ngazi,
   Ya maisha bora hata kiangazi.
2. Ukitaka chakula bora shambani,
   Matunda, mayai, huko ni nyumbani,
   Asubuhi chai, mayai kinywani,
   Mchana nyama, viazi, wali jioni.

3. Utu, maisha mema, na ujirani,
   Yamejenga huko bila kisirani,
   Hukai peke daima asilani,
   Ndugu, jirani mwaishi furahani.

4. Mjini watu hawana ujirani,
   Hawajuani tarishi na karani,
   Hamuna Jambo wapitana njiani,
   Heka heka waenda mbio kazini.

5. Imewatawala fedha mpaka ndani,
   Wakikosa hamuna raha nyumbani,
   Usingizi hawapati kitandani,
   Watafika mpaka huko kiwandani.

6. Nawe shika shauri kaa shambani,
   Jenga nyumba yako nzuri ya chama,
   Utapata mwana umwite Shabani,
   Uishi vema uwe kwako nyumbani.

*(For explanation of the poem see the key)*

# SHULE YETU

**Vocabulary**

| | |
|---|---|
| *shule; shuleni,* | school; at school |
| *kusoma; kusomea,* | to read; to read for/to |
| *kuandika; kuandikia,* | to write; to write to/for |
| *kujenga; kujengea,* | to build; to build for/with |
| *darasa; ma-,* | class room(s) |
| *mwanafunzi, wanafunzi,* | pupil(s) |
| *mvulana, wa-,* | boy(s) |
| *msichana, wa-,* | girl(s) |
| *mstari, mi-,* | line(s) |
| *kagua, ku-,* | to inspect |
| *simama, ku-,* | to stand up, stop moving |
| *nywele; nywele safi,* | hair; clean hair |
| *nguo; nguo chafu,* | dress; dirty clothes |
| *shule ya msingi,* | primary school |
| *shule ya sekondari,* | secondary school |
| *chuo kikuu,* | university |
| *chuo cha elimu ya taifa,* | college of national education |
| *kifaa, vifaa,* | equipment, material |

Shule yetu iko katika kijiji. Kijiji chetu kina watu wengi na wengi wao wana watoto. Katika kijiji chetu kila mtoto anakwenda shule. Shule yetu ina wavulana na wasichana wengi, lakini wavulana ni wengi zaidi ya wasichana. Wako wasichana mia mbili na sitini, na wavulana ni mara mbili yao; je wako wavulana wangapi? Bila shaka wavulana mia tano na ishirini. Jumla ya watoto wa shule yetu ni mia saba na themanini.

Kuna walimu wengi pia, wa kike na wa kiume. Walimu wanaume ni mara tatu ya walimu wanawake. Dada yangu ni mwalimu katika shule yetu. Mwaka jana alikuwa mwalimu mkuu. Mwaka huu amekataa kuwa mwalimu mkuu, anasema ni kazi kubwa mno, hapati nafasi ya kuwatunza watoto wake nyumbani. Watu wengi wanafikiri inafaa wanaume tu wawe walimu wakuu kwa sababu wana nafasi zaidi kuliko wanawake, hasa wanawake wenye watoto wadogo. Mwalimu mkuu wa shule yetu ni hodari sana. Watoto wote na walimu wanampenda. Siku moja aliwaambia watoto wote walete mawe ya kujengea darasa la saba. Watoto walileta mawe mengi. Mwalimu mkuu pia alileta mawe kila siku asubuhi. Watoto waliweka mawe yao pamoja. Baadaye walisimama mstarini, mwalimu mkuu akawakagua kuona kama nywele, mikono, miguu na nguo zao ni safi. Wale ambao walikuwa wachafu waadhibiwa.

Watoto wachache wanakwenda shule ya sekondari kila mwaka toka shule yetu. Tuna watoto watatu tu wanaosoma Chuo Kikuu cha Dar es Salaam, na watano katika Chuo cha Elimu ya Taifa cha Morogoro, karibu na Dar es Salaam. Walimu wetu wanafanya bidii katika kazi yao ngumu ya kuwafundisha watoto wetu maarifa mbalimbali.

Mbele ya shule kuna shamba kubwa ambalo hulimwa na walimu na wanafunzi. Kila mwaka wanapanda mbegu mbalimbali na wanapata mavuno mazuri. Shule yetu haina shida ya fedha ya kununulia vifaa vya shule. Sisi wazazi pia tunasaidia katika kazi ya shamba la shule. Kuna ushirikiano[1] mzuri kati ya shule na kijiji.

*ZOEZI LA 47*

1. Je, shule yetu ina wasichana wangapi?
2. Je, nani alikuwa mwalimu mkuu mwaka jana?
3. Je, watu wengi wanafikiri nani anafaa kuwa mwalimu mkuu? Kwa nini?
4. Je, kwa nini ni vigumu kwa wanawake kuwa walimu wakuu?
5. Je, kwa nini watoto huleta mawe?
6. Je, kwa nini wanafunzi husimama mstarini mbele ya shule kila siku?
7. Je, mtoto mchafu hufanyiwa nini?
8. Je, watoto wangapi wa shule yetu wanasoma katika Chuo Kikuu cha Dar es Salaam?
9. Je, kwa nini shule yetu haina shida ya fedha za kununulia vifaa?
10. Je, kuna uhusiano gani kati ya shule na kijiji chetu?

---

1. *Ushirikiano* here means good relationship, co-operation, understanding. In question 10 (Exercise (47) the word relationship (or *uhusiano* in Swahili) refers to *ushirikiano* (you can look up the rest of the covabulary at the back)

## Useful Expressions

| | |
|---|---|
| *kwenda shuleni,* | to go to school. |
| *kurudi toka shuleni,* | to come back from school. |
| *mwalimu yuko shuleni,* | the teacher is at school. |
| *hayuko shuleni,* | he is not at school. |
| *kusoma shule ya msingi,* | to attend primary school. |
| *kufanya mtihani,* | to do examinations. |
| *kufaulu, kushindwa mtihani,* | to pass, to fail an examination. |
| *mtihani mgumu, rahisi,* | difficult, easy examination. |
| *kupata nafasi,* | to have time for, have a chance. |
| *sina nafasi kwa leo,* | I have no time today. |
| *kazi ya kilimo,* | agricultural work. |
| *fedha ya kununulia vifaa,* | Money for buying school equipment. |

(Tatu talks with her son, Mashaka)

| | | |
|---|---|---|
| Tatu | : | Je, mtihani ulikuwa mgumu? |
| Mashaka | : | Ndiyo, mtihani ulikuwa mgumu sana. |
| Tatu | : | Je, unafikiri umefaulu? |
| Mashaka | : | Sijui, lakini nilifanya karibu maswali yote. |
| Tatu | : | Je, watoto wote waliona mtihani ni mgumu? |
| Mashaka | : | Ndiyo, kila mtoto alisema mtihani huu ni mgumu sana. |
| Tatu | : | Je, mwalimu wenu amesemaje juu ya mtihani? |
| Mashaka | : | Hakusema neno. Alisema tu "Poleni watoto!" |
| Tatu | : | Majibu yatatoka lini? |
| Mashaka | : | Majibu yatatoka mwezi ujao. |
| Tatu | : | Ukifaulu utakwenda wapi? |
| Mashaka | : | Nikifaulu, mama, nitakwenda shule ya sekondari. |
| Tatu | : | Je, unataka kusomea nini? Unataka kazi gani? |
| Mashaka | : | Ninataka kuwa daktari na kuwatibu wagonjwa. Nchi yetu haina waganga wa kutosha, na wagonjwa ni wengi sana. |
| Tatu | : | Vizuri sana, mwanangu, ukiwa mganga a nitafurahi sana. |

# LESSON THIRTY NINE
## SIASA YA TANZANIA

**Vocabulary**

| | |
|---|---|
| *siasa; mwanasiasa; wanasiasa;* | politics, politician(s) |
| *kutawala; utawala,* | to rule, govern; administration |
| *zamani sana,* | a long time ago |
| *Mwarabu; Waarabu,* | Arab(s) |
| *Mwajemi; Waajemi,* | Persian(s) |
| *Mhindi; Wahindi,* | Indian(s) |
| *Mzungu, Wazungu,* | European(s) |
| *Mchina; Wachina,* | Chinese |
| *pwani,* | coast, at the coast |
| *kwa ajili ya biashara,* | on account of business, trade |
| *utumwa; mtumwa, wa-,* | slavery; slave(s) |
| *kukamata watumwa,* | to capture slaves |
| *biashara ya watumwa,* | slave trade |
| *ukoloni; ubeberu,* | colonialism; imperialism |
| *kiongozi, viongozi,* | leader(s) |
| *uhuru; uhuru na kazi!* | freedom; freedom and work! |
| *Afrika Mashariki,* | East Africa |
| *ujamaa; kujitegemea,* | socialism, self-reliance |
| *chama, vyama,* | association(s); party (parties) |
| *kupigania,* | to fight for |

Tanzania ni nchi kubwa; iko Afrika Mashariki. Zamani sana Waajemi, Waarabu, Wahindi na baadaye Wazungu walifika pwani ya Tanzania kufanya biashara. Waarabu walikamata watumwa, walifanya biashara ya watumwa. Wazungu walileta ukoloni na ubeberu Tanzania.

Watanzania walipigania uhuru wao. Leo Tanzania ni nchi huru. Viongozi wanasema kila mara, "Uhuru na kazi!" Kila mtu ni lazima afanye kazi. Siasa ya ujamaa na kujitegemea ni siasa ya kazi. Lazima Watanzania wote wafanye kazi kwa bidii wapate kujenga nchi yao. Tanzania ina watu milioni kumi na nane. Ina watoto wengi na wazee wachache. Watoto ni mara mbili ya wazee. Ni lazima watoto wote hawa waende shule kupata elimu. Shule nyingi zimejengwa na wananchi.

Chama Cha Mapinduzi (C.C.M.) kinachotawala Tanzania kinaamini kuwa watu wote ni sawa na kinafuata siasa ya usawa wa watu wote, bila kujali tofauti ya rangi, dini, n.k. Watanzania wote wanajua Kiswahili, lugha ya taifa lao. Watanzania ni wakarimu, na ukifika utafurahia kukaa nao. Ili upate kufurahia safari yako Tanzania, jifunze Kiswahili. Wageni wengi wanaokuja Tanzania wanajifunza Kiswahili; wengi wao wanasema Kiswahili ni lugha rahisi kuliko lugha nyingi duniani. Anza leo kujifunza Kiswahili kwa bidii. Ukitaka kujua Kiswahili safi njoo Tanzania baada ya kumaliza kitabu hiki. Ukifika, jaribu kuongea Kiswahili kila siku bila kuogopa kufanya makosa.

## ZOEZI LA 48

1. Tanzania iko wapi?
2. Watanzania walipigania nini?
3. Waarabu walikuja pwani ya Tanzania kufanya nini?
4. Je, Tanzania ina watu wangapi?
5. Nani alijenga shule nyingi Tanzania?
6. Je, ukitaka kufurahia safari yako Tanzania utafanya nini?
7. Je, ukitaka kujua Kiswahili safi utakwenda wapi?
8. Je, Tanzania kuna ubaguzi wa dini au rangi?
9. Je, kwa nini ni lazima Watanzania wote wafanye kazi kwa bidii?
10. Je, nani alikuja Tanzania kwa ajili ya biashara?
11. Je, nani anasema, "Uhuru na kazi"?
12. Je, ukifika Tanzania utafanya nini upate kujua Kiswahili safi?

*Political Terminologies*

| | |
|---|---|
| *bunge, mbunge, wa-,* | parliament; member of parliament |
| *uchaguzi; kuchagua,* | election; to choose, elect |
| *kugombea kura,* | to campaign for votes |
| *upinzani; mpinzani, wa-,* | opposition; opponent |
| *kupita bila kupingwa,* | to be elected without opposition |

| | |
|---|---|
| kura; kupiga kura, | vote; to vote, cast votes |
| kushinda; kushindwa, | to win; to lose (election, etc ....). |
| **maendeleo; mapinduzi,** | development; revolution |
| kuendelea, | to develop, to progress |
| nchi iliyoendelea, | developed country |
| nchi inayoendelea, | developing country |
| **kunyonya; unyonyaji,** | to exploit; exploitation |
| kukandamiza; ukandamizaji, | to oppress; oppression |
| ukombozi; kukomboa, | liberation, to liberate |
| chama cha ukombozi, | liberation movement |
| mpigania uhuru, wa-, | freedom fighter(s) |
| kupigania uhuru wa nchi, | to fight for freedom of a country |
| | |
| vita vya ukombozi, | war of liberation |
| silaha; kuchukua silaha, | arms; to take up arms |
| zana za vita, | war equipment |
| bomu; | bomb |
| mzinga; mizinga, | cannon, artillery |
| bunduki; risasi, | gun; bullet |
| mfungwa wa vita, wa-, | prisoner of war |
| mkimbizi, wa-, | refugee(s) |
| **kambi ya (za) wakimbizi,** | refugee camp(s) |
| kutoa msaada kwa wakimbizi | to give aid to refugees |
| kushambulia; kulinda, | to attack; to defend |
| kushindwa; kushinda, | to be defeated; to defeat |
| ushindi; ushindi mkubwa, | victory; big victory |
| kumwaga damu, | to spill blood |

## LESSON FORTY
### TATU AENDA POSTA

## Vocabulary

| | |
|---|---|
| posta; sanduku la posta (S.L.P.) | post office, post office box (P.O. Box) |
| barua; kuandika barua, | letter; to write a letter |
| **barua ya ndege; kwa ndege,** | airmail, by airmail |
| kupata barua, | to get a letter |
| kutuma barua, | to send a letter |
| kuandikiana barua, | to correspond, write each other |

| | |
|---|---|
| *kujibu barua,* | to answer a letter |
| *stempu; kuweka stempu,* | stamp(s); to put a stamp on |
| *tarishi, ma-,* | messenger(s) |
| *kuchukua; kupeleka,* | to take; to send |
| *ngamia; farasi,* | camel; horse(s) |
| *treni; basi, kwa miguu,* | train; bus; on foot |

Tatu alikwenda posta kupeleka barua kwa rafiki yake Wambura. Tatu anakaa Tanzania na Wambura anakaa Kenya. Tatu na Wambura huandikiana barua mara nyingi. Kila mwaka Tatu na Wambura hukutana mara moja Arusha au Nairobi. Mwaka jana Wambura alikuja Arusha, mwaka huu Tatu atakwenda Nairobi. Kabla ya kwenda ni lazima Tatu atangulize barua kumweleza Wambura siku na saa ya kufika.

Juzi Tatu alipata barua kutoka Nairobi kwa Wambura. Bila kukawia Tatu alijibu mara moja, alisema, "Mpenzi Wambura, salamu sana. Asante kwa barua yako nzuri. Nimefurahi kusikia umefika salama. Pole kwa safari ndefu. Wewe una bahati, unasafiri kwa ndege, mimi bado sijapanda ndege. Kila mara nasafiri kwa basi au kwa treni. Nikipata fedha mwaka huu nitakuja Nairobi kwa ndege. Nitakuarifu mapema uje kunipokea uwanjani..."

Watu wengi wanaandikiana barua siku hizi. Barua zinachukuliwa kwa ndege, kwa treni, kwa basi na hata kwa miguu. Zamani sana huko Uingereza matarishi walikuwa wakipanda farasi kupeleka barua, huko Uarabuni walipanda ngamia, na hapa kwetu walikwenda kwa miguu.

### ZOEZI LA 49

1. Je, Tatu anafanya kazi posta?
2. Je, Tatu alikwenda posta kufanya nini?
3. Je, rafiki ya Tatu anakaa wapi? Jina lake nani?
4. Je, Tatu alipata barua lini?
5. Je, barua zinapelekwaje siku hizi?
6. Je, matarishi wa Uarabuni walipanda nini zamani?
7. Je, matarishi wa wapi walikwenda kwa miguu?
8. Je, nani hajapanda ndege, Tatu au rafiki yake?
9. Je, Tatu atakwenda wapi mwaka huu?
10. Je, Tatu na rafiki yake hukutana kila mwaka mara ngapi?

## Useful Expressions

| | |
|---|---|
| *kupeleka simu, kupiga simu,* | to send a telegram. |
| *Neno moja ni shilingi moja,* | one word costs one shilling. |
| **kutuma fedha kwa simu,** | to send money by telegram, |
| **kwa posta,** | by postal order. |
| *Nataka kupiga simu Nairobi,* | I want to call Nairobi. |
| *dakika tatu ni shilingi kumi,* | Three minutes cost ten shilings. |
| **Nipe fomu ya simu,** | Give me a telegram form. |
| *Jaza fomu hii hapa,* | Fill in this form here. |
| *Weka sahihi yako hapa* | Sign your name here. |
| **Kuna gundi hapa?** | Is there gum here? |
| **bahasha za rejesta,** | envelopes for registered letters. |
| *karatasi za ndege,* | aerogrammes. |
| *Posta kubwa iko wapi?* | Where is the main post office? |
| *Posta* **kubwa iko mjini,** | it is in town. |
| *Unafikaje mjini toka hapa?* | How do you get there (town) from here? |
| **Kuna basi, kituo kile pale,** | There is a bus, the bus-stop is there. |
| *Inachukua muda gani kufika mjini?* | How long does it take to get there? |
| *Nusu saa au zaidi kidogo,* | Half an hour or a little more. |
| *Nisaidie chenji,* | Please, some change. |

# KEY TO EXERCISES
## PART ONE
### EXERCISE 1 (Page 4)
1. *Karibu.* 2. *Sijambo.* 3. *Nzuri.*
4. Please, sit down. The answer is *Asante,* or *Starehe.*
5. *Shikamoo* is used to greet older people and those senior in
status. The answer is *Marahaba.*
6. *Karibuni.* 7. *Kwa heri.* 8. *Hodi.* 9. *Pole.*
10. *Asante,* or *nimekwisha poa.* 11. *Hongera.* 12. *Asante.*

### EXERCISE 2 (page 6)
1. Pupils, thieves, women, companions, guest, servant.
2. Drunkard, wife, husband, director, cook, old man, liər.
3. Man, child, sick person (patient), girl, boy, child, thief.
4. Waongo, wezi, wenzi, wanawake, wanaume, waume,
walimu.
5. Wasichana, wanadamu, wazee, wanafunzi, watoto, wageni.

### EXERCISE 3 (page 8)
1. Wapishi ni waganga hodari na vipofu ni watu wazuri.
2. Wageni ni wanawake wazuri na ni wake hodari.
3. Wazee ni walevi wakubwa na wasichana ni wanawake
wadogo.
4. Wezi ni werevu na ni watu waongo na wabaya.
5. Walimu ni watu wema na ni baba wazuri.
6. Watumishi ni watu wafupi na werevu.

### EXERCISE 4 (page 9)
1. Mgeni safi; 2. watu wekundu; 3. walevi wengi.
4. wapishi hodari; 5. wagonjwa wachache; 6. watoto weusi;
7. mwalimu mweupe; 8. mke mwema; 9. wanaume hodari;
10. watu wote.
11. baba mkali; 12. wake hodari; 13. wanaume wazito; 14.
watoto wafupi.
15. wazee warefu; 16. mgonjwa mwepesi; 17. mwanamke
bora; 18. wanafunzi wengi; 19. mpishi mzuri.

### EXERCISE 5 (page 9)
1. Mama ni wapishi hodari (wazuri); **waganga ni watu**
wazuri (wema).
2. Wanaume na wanawake ni watu; watoto ni watu wadogo
3. Watumishi ni watu wazuri; watumishi ni wanawake

4. Wageni ni watu warefu; wageni ni watu weupe.
5. Tatu ni mke mzuri na Mashaka ni mtoto mzuri.
6. Wanaume wengi ni waume wazuri na wanawake wengi ni wake wazuri.
7. Wanafunzi wengi ni watoto wadogo na walimu wengi ni wazee.
8. Watu wengi ni wagonjwa, watu wachache ni waganga.
9. Wageni wengi ni watu warefu, wachache ni wafupi.
10. Amina ni mwalimu hodari na mama mzuri sana.
11. Vipofu wanaume ni wachache; vipofu wanawake ni wengi.
12. Watoto wote ni weupe na wazee wote ni weusi.

## EXERCISE 6 *(page 10)*

1. Mtoto mdogo ana mikono na miguu midogo.
2. Watu wafupi wana miguu mifupi na watu warefu wana miguu mirefu.
3. Ana moyo mzuri na midomo mizuri.
4. Mwanzo ni mgumu lakini mwisho ni rahisi.
5. Walimu na waganga wana mioyo mizuri.
6. Wagonjwa ni wengi lakini waganga ni wachache.
7. Mitende ni mirefu na ina mizizi mirefu.
8. Mioyo miepesi ni mizuri lakini mioyo mizito ni mizuri pia.
9. Mashaka ana miguu mirefu na mdomo mkubwa.
10. Miaka mirefu ni mingi lakini miaka mifupi nı michache.
11. Wazee wana miili mizito na miguu miepesi.

## EXERCISE 7 *(page 11)*

(1) Vidole virefu; (2) ana kichwa kikubwa; (3) ana kitanda kirefu;
(4) viazı vıngi; (5) viatu vizuri sana; (6) wezi wana vifua vipana;
(7) visu vikali; (8) kikapu kikubwa.

## EXERCISE 8 *(page 12)*

(1) Vitabu vyeusi; (2) viti vyepesi; (3) chumba cheupe.
(4) kikombe kidogo; (5) chuma laini; (6) chombo chembamba;
(7) mtoto ana viazi vyeupe; (8) watoto wana viazi vyeupe ;
(9) chakula kidogo;
(10) vyakula vidogo; (11) vitu vingi; (12) vyuma vikubwa;

(13) viti virefu;
(14) visu vikali; (15) viazi ghali; (16) viazi rahisi; (17) kikombe kidogo.

## EXERCISE 9 *(page 14)*

(1) Nazi tamu; (2) meza kubwa; (3) saa ndefu; (4) faida na hasara;

(5) furaha na uchungu; (6) chai na sukari; (7) mkate na nyama;

(8) viazi na chumvi; (9) fedha nyingi; (10) njia pana; (11) saa chache;

(12) kalamu kali; (13) habari nzuri au habari mbaya; (14) chupa nyepesi;

(15) saa ndefu.

## EXERCISE 10 *(page 15)*

1. Mtoto ana macho mazuri na masikio makubwa.
2. Walimu wana macho makali na masikio mapana.
3. Mbwa ana jina zuri.
4. Swali ni gumu lakini jibu ni rahisi.
5. Wazee hujadili mambo muhimu.
6. Wanawake wenye masanduku makubwa wana habari nzuri.
7. Watoto wadogo wana maji na mama wana maziwa.
8. Ndizi na matunda; nyumba na milango; mashamba na majani.
9. Mawe makubwa ni machache lakini mawe madogo ni mengi.
10. Macho na masikio ni maajabu; mvua na mito pia.

## EXERCISE 11 *(page 16)*

1. Watoto wana mikono *mi*dogo na macho *ma*kubwa.
2. Wageni ni *we*ngi na wote ni watu *wa*zuri.
3. Viti ni *vi*chache na watoto ni *we*ngi.
4. Ndizi ni matunda *ma*tamu na ni *me*ngi.
5. Mikate ni *mi*zuri na ni *mi*ngi.

6. Chakula ni ghali lakini ni *ki*dogo.
7. Kiswahili ni lugha *n*zuri na rahisi.
8. Nyumba ni kubwa lakini vyumba ni *vi*dogo.
9. Milango ni *mi*pana na *mi*zuri lakini michache.
10. Wagonjwa ni watu *wa*pole na walimu ni watu bora.


## EXERCISE 12 *(page 17)*

1. Umoja ni nguvu; umoja ni kitu kizuri.
2. Wizi ni mbaya, utu ni bora.
3. Nyimbo ni ndefu lakini tamu.
4. Kuta ni ndefu na pana.
5. Usingizi ni mzuri usiku.
6. Umri mkubwa ni mzuri sana lakini ujana ni bora.
7. Magonjwa ni mabaya.
8. Ulimwengu ni mkubwa na mpana.
9. Unga ni mzuri    lakini mikate ni mibaya.
10. Maua bustanini ni mazuri.


## EXERCISE 13 *(page 18)*

1. Kusoma   ni kuzuri lakini kusoma mno ni kubaya.
2. Hoteli kubwa zina vyumba vingi na vitanda vizuri.
3. Arusha ni pahali pakubwa; pana watu wengi, na usiku kuna kuimba kuzuri na kucheza dansi.
4. Ulimwengu ni pahali pazuri.
5. Kuta ni ngumu.
6. Kula ndizi tu ni tabia mbaya.


## EXERCISE 14 *(page 20)*

1. Watu watano walifika hapa jana.
2. Viti vitatu ni vibovu.
3. Ni ishirini na tisa (29).
4. Ni sita (6).
5. Kumi elfu, mia tano hamsini na tano; mia nne thelathini na mbili; elfu moja mia sita   na sabini na nane.
6. Kumi mara kumi na tano ni mia moja na hamsini.
7. Ishirini na moja kujumlisha na sitini ni themanini na moja.
8. Mia tisa na saba kutoa mia sita na sabini na nane baki ni mia mbili ishirini na tisa.

1. Tatu ni msichana mwema kuliko wote hapa, lakini si mrefu kuliko wote.
2. Mashaka ni mkubwa kama wewe, lakini ni mfupi kuliko wewe.
3. Kilimanjaro ni mlima mrefu kuliko yote Afrika.
4. Tanzania ni kubwa kuliko Kenya, lakini Nairobi ni kubwa kuliko Dar es Salaam.
5. Je, New York ndio mji mkubwa kuliko yote duniani?
6. Kujifunza ni bora kuliko kuogelea.

## EXERCISE 16 (page 24)

1. The guests have arrived: the cook is cooking plenty of food.
2. Women like flowers; girls are picking flowers now.
3. The patients are sleeping now; the doctor has gone to see lions and elephants.
4. The thieves opened the door, but I shouted and they ran away.

5. Children have gone to see animals.
6. Sister has a nice dress on, but it is short.
7. Pupils are playing now, they will learn later on.
8. The teacher explained everything and all the people understood.
9. Servants are picking fruits and they are laughing heartily.
10. We ate potatoes and meat but the guests ate bananas.

## EXERCISE 17 (page 28)

1. Tatu ni mwalimu, yuko shuleni.
2. Sisi ni watoto, tuko shuleni.
3. Tatu alikuwa mgonjwa, alikuwa nyumbani.
4. Mama alimwona Tatu, alikuwa nyumbani.
5. Walikwenda kumwona Tatu, alikuwa nyumbani.
6. Watakwenda kumwona Tatu, atakuwa nyumbani.
7. Tatu ana vitabu vingi, yeye ni mwalimu.
8. Tatu ana mume mzuri, yuko shuleni.

9. Tatu ana meno safi na nguo nzuri.
10. Tatu anakula chakula kizuri na ana mwili wenye nguvu.


EXERCISE 18 (page 30)

1. Watoto walikwenda shuleni jana.
2. Mke wa nani ni mwalimu hodari?
3. Tatu alikuwa mgonjwa jana na alikuwa nyumbani.
4. Je, utakwenda lini kumwona Tatu nyumbani?
5. Mtu yupi ni hodari na mwema?
6. Ulikuwa wapi jana?
7. Kwa nini mwanamke anapika viazi leo?
8. Ulisema watu wengi watakuja kesho, ulijuaje?
9. Unasemaje kwa Kiswahili?
10. Mganga mzuri ana wagonjwa wengi.
11. Mganga mbaya ana wagonjwa wachache.
12. Nani ameona mpishi hodari shuleni?
13. Je, unajifunzaje Kiswahili bila shida?
14. Ninakwenda shuleni kila siku kujifunza Kiswahili. Tuna mwalimu mzuri sana.
15. Je, una mwalimu mzuri? Je, unakwenda shuleni kila siku? Je, mwalimu yuko wapi sasa? Nyumbani au shuleni?
16. Ninapenda kujifunza Kiswahili. Ni lugha rahisi.
17. Ninajua Kiswahili kidogo. Ninaweza kusema kidogo.
18. Je, unajifunzia wapi Kiswahili? Nyumbani au hapa?
19. Ninajifunzia Kiswahili hapa, lakini mwalimu si mzuri sana.


EXERCISE 19 (page. 31)

| | |
|---|---|
| 1...ku... | 6. ...mw... |
| 2. ...ni... | 7. ...tu... |
| 3. ...mw... | 8. ...mw... |
| 4. ...wa... | 9. ...ku... |
| 5. ...wa... | 10. ...ni... |


EXERCISE 20 (page 32)

Tatu asked us one very hard question, we tried to answer her. We also asked her one difficult question, and she tried to answer us. Tatu likes to ask people hard questions. Everyday

104

she asks them a lot of questions. Many people like to ask their companions questions. Asking is one good way of learning about many things. Asking (questions) is not foolishness.

## EXERCISE 21 (page 35)

1. Nani hali ndizi za mtoto?
2. Wageni hawapendi samaki lakini wanataka ndizi.
3. Baba hajaja na hajalala.
4. Mwalimu hakusema wewe si mtoto mjanja.
5. Mgonjwa anakula samaki, hali viazi na mkate.
6. Nani hakuja hapa jana?
7. Je, hujaona simba? Nani ameona simba?
8. Mganga hatakuja kesho.

## EXERCISE 22 (page 41)

1. Hapana, mwalimu hajaja.
2. Hapana, sili samaki na viazi.
3. Hapana, mlevi hanywi pombe kila siku.
4. Hapana, hatukuwa nyumbani jana.
5. Hapana, sikukufikiria.

## EXERCISE 23 (page 41)

1. Jina zuri, majina mazuri.
2. Unakwenda wapi? Ninakwenda nyumbani.
3. Usiende nyumbani sasa, twende kucheza.
4. Lazima niende nyumbani sasa, mama amenikataza nisicheze (kucheza).
5. Kula ndizi moja, ni tamu sana.
6. Sili ndizi shuleni.
7. Unasoma vitabu vya nani? Vya mwalimu?
8. Ninasoma vitabu vya dada, ni vizuri sana na rahisi.
9. Je, unacheka nini? Je, unanicheka?
10. Je, unajuaje kuwa ninakucheka? Sikucheki.
11. Usiwacheke watu.
12. Usije kuniona kesho, sitakuwa nyumbani. Njoo kesho kutwa, nitakuwa nyumbani.
13. Kwa heri, lazima niende sasa, nenda nyumbani salama.
14. Kwa heri, tutaonana kesho.

1. Wageni walifika jana. Wageni hawakufika jana.
2. Watoto wanafanya nini sasa? Watoto hawafanyi kitu sasa?
3. Wagonjwa watakwenda hospitali kesho. **Wagonjwa** hawatakwenda hospitali kesho.
4. Nani alisema maneno mabaya jana? Nani hakusema maneno mabaya jana?
5. Ndiyo nilimwona. Hapana, sikumwona.
6. Je, mama yuko wapi sasa? Mama yuko jikoni. Je, mama hayuko wapi sasa? Mama hayuko jikoni sasa.
7. Je, unakula viazi sasa? Ndiyo, ninakula viazi sasa. Je, huli viazi sasa? Hapana, sili viazi sasa.
8. Njoo tule; niletee maji ninywe. Usije tusile, usiniletee maji nisinywe.
9. Je, wanafunzi wamefika? Ndiyo wanafunzi wamefika. Je, wanafunzi hawajafika? Hapana, wanafunzi hawajafika.
10. Je, mnataka nini hapa? Tunataka kazi.
    Je, hamtaki nini hapa? Hatutaki kazi.

1. Je, nani ameona vitabu vya mwalimu leo?
2. Wageni wameleta mizigo yao.
3. Walikuwa na mizigo mingi sana na mizito.
4. Nyumba yetu ni kubwa na nzuri, ina milango miwili.
5. Wape funguo zao, funguo zako ziko wapi?
6. Majina ya watoto hawa ni magumu lakini mazuri.
7. Miguu yake ni mizuri kuliko miguu ya dada yake.
8. Kusoma kwake si kuzuri lakini kuandika kwake ni kuzuri.
9. Mkono wa mtoto mdogo ni mdogo, na kichwa chake ni kidogo pia.
10. Je, umemwona mtoto wangu? Alikuwa na watoto wako.

### EXERCISE 26 (page 45)
1. Watoto wake hawaendi shuleni leo.

2. Mwalimu wetu hali shuleni, anakula nyumbani.
3. Je, unakwenda kula wapi? Sili hapa.
4. Mpishi wao haji leo.
5. Mwambie aje kesho kutwa.
6. Vitabu vyetu viko wapi? Nguo zetu ziko wapi?
7. Nilisikia watu wakipiga makelele: Mwizi huyo!Mwizi huyo!
8. Mtu yule ni nani? Mtu yule ni mgeni wetu.
9. Mtoto wa nani huyu? Mtoto huyu ni wake.
10. Watu wale ni nani? Watu wale ni wageni wetu.
11. Niletee mtoto huyo, ninataka kumwona.
12. Je, niende sasa? Sina kazi. Nenda, na usije tena kunisumbua.

## EXERCISE 27 (page 47)

1. If you came yesterday you would have met our guest here.
2. If he gives (you) the money, give him this book.
3. If he does not give (you) the money don't give him this book.
4. If many people want something give it to them.
5. We went to school and found the teacher reading that book.
6. If you don't eat fish they will cook you bananas and meat.
7. Let me tell you about that drunkard.
8. If he had not told me to wait I would not have waited.

## EXERCISE 28 (page 48)

1. Wageni wengi walipokewa nasi jana.
2. Mwalimu wao anapendwa sana na watoto.
3. Barua nzuri imeandikwa na Bahati kwa wino.
4. Jambo hili limesahauliwa na watu wengi sasa.
5. Wafanya kazi wote wamefikiriwa na waziri.
6. Mlango wa chumba changu umefunguliwa na nani?
7. Mti ule mrefu ulikatwa na baba kwa shoka.
8. Nyumba ile nzuri ya mwalimu wetu ilivunjwa na wezi usiku.
9. Nguo ya Bahati ilipasuliwa na mbwa kwa makucha yake makali.
10. Watoto walikatazwa na mama wasichezee chumbani.

## EXERCISE 29 (page 52)

1. Inafaa ujifunze Kiswahili.
2. Watoto lazima waende shuleni sasa.
3. Je, unafanya nini? Ninajifunza Kiswahili.
4. Inatosha, twende kuona rafiki (also kuwaona rafiki)
5. Lazima nijifunze Kiswahili kila siku, nataka kujua Kiswahili. Inawezekana kujua Kiswahili kwa miezi miwili.
6. Mwalimu wako ni nani? Je, una vitabu vizuri?
7. Hakuna vitabu vizuri madukani.
8. Mwalimu wetu anakuandikia kitabu.
9. Simjui mwalimu wenu, jina lake ni nani?
10. Je, unataka kumwona? Njoo kesho utamwona. Anataka kukuona pia.
11. Si kitu (haidhuru), si lazima kumwona.
12. Inawezekana kujifunza Kiswahili bila mwalimu.

## EXERCISE 30 (page 53)

1. Sukari haipatikani hapa siku hizi.
2. Wezi wamekamatwa na polisi.
3. Kazi hii haiwezekani leo.
4. Macho yake hayaoni vizuri sasa.
5. Je, mtoto wako alizaliwa lini?
6. Je, unataka sisi tuende wapi kesho?
7. Haifai watoto wacheze shuleni, lazima wajifunze.
8. Je, alisema watumishi wafanye nini?
9. Je, wageni hawali sasa?
10. Je, ukiona simba utafanya nini?
11. Mwambie mpishi aje hapa, nataka anionyeshe chakula cha leo.
12. Mama alisema nyinyi mle ndizi kila siku.
13. Mzee alisema nisome barua hii, sijui kusoma.
14. Mgonjwa anasema haji kula leo, mpelekee chakula.
15. Wageni walipokewa na watoto kwa nyimbo.

## EXERCISE 31 (page 54)

1. Mwizi ameonekana mjini.
2. Haiwezekani kwenda sasa, tungoje kidogo.

3. Anajulikana sana na anapendwa na watu wengi.
4. Wanawake uliowaona jana hawapatani.
5. Sijui kwa nini waligombana.
6. Inafaa kuamkiana mnapokutana.
7. Ni vibaya kupigana au kugombana.
8. Tatu aliachana na mume wake, lakini sasa wamerudiana.
9. Watoto hawa wawili wanapendana sana, wanafuatana kila pahali, (or *popote*) na kila siku.
10. Marafiki huandikiana barua ndefu mara nyingi.
11. Funika chakula chako kwa sababu nzi wanapenda chakula chako pia.
12. Nani hutandika kitanda chako kila (siku) asubuhi?
13. Mvishe mtoto upesi, lazima twende sasa.
14. Kwa nini walimcheka mgeni?
15. Je, unapika nini leo? Sili samaki.


## EXERCISE 32 (page 57)

1. Walipokuwa watoto walipenda sana kucheza.
2. Miti iliyoanguka jana ilikuwa mirefu sana.
3. Mwizi aliyeiba shuleni amekamatwa na polisi.
4. Pahali tunapokaa ni pazuri sana.
5. Nilipomwona sikumjua, nilifikiri ni mgeni.
6. Watoto wasikae mahali walipokaa wazee, si vizuri.
7. Mwalimu wetu anapenda nyuso zilizotakata
8. Sijui anakoweka vitabu vyake, njoo tutafute.


## EXERCISE 33 (page 57)

1. Kitabu ulichonipa ni kizuri sana.
2. Kitabu cha nani kimepotea, changu au cha mwalimu?
3. Mtu aliyekupa kitabu kile ni baba yangu.
4. Nyumba unayoiona ilijengwa na watu wale.
5. Jina ulilompa mbwa wako si zuri.
6. Napenda kuona nyuso zilizotakata (ambazo ni safi).
7. Mwalimu wetu hapendi kuona miguu michafu (isiyotakata, ambayo ni michafu)[1]

---

1. In no. 7, the relative particle, *ambayo*, is omitted. *Miguu michafu* is therefore the same as *miguu ambayo ni michafu*.

8. Miti waliyokata haikuwa yao.
9. Usikae pahali ambapo si safi.
10. Usile matunda ambayo si mabivu (or ambayo hayakuiva).
11. Usisome vitabu ambavyo ni vibaya, soma vitabu vizuri.
12. Napenda kusoma ambako kunafaa.
13. Mwizi aliyeiba nguo zetu ni yule.
14. Njoo kesho, utamwona mtu unayemtaka.
15. Usije kesho, hutamwona mtu unayemtaka.

## EXERCISE 34 (page 58)

| | |
|---|---|
| Tatu | : How are you, Amina? |
| Amina | : I am well, how are you? |
| Tatu | : Quite well, how are the children? |
| Amina | : They are well. Where are you going? |
| Tatu | : I am going to school to see the teacher who came yesterday. |
| Amina | : Yes, I heard there is a teacher who came yesterday. |
| Tatu | : Come on, then, let us go to see him, I hear he is very young. |
| Amina | : I hear it is a girl who just graduated this year. |
| Tatu | : People from distant places have already arrived at school to receive the new teacher. Hello, let us go! |
| Amina | : Wait, let me put on my high heeled shoes. |
| Tatu | : Don't be too long, I don't like to be the last person (to arrive). |
| Amina | : Well, let us go, sister; let us take this path, it is a short-cut. |

## EXERCISE 35 (page 60)

1. Watu hawa ndivyo walivyosema.
2. Je, mmefanya alivyowaambia?
3. Tazama mikono ya mtoto ilivyomichafu.
4. Je, unajua alikokwenda?
5. Tulipokuwa watoto tulicheza kila siku.

6. Kitabu kili*cho*potea ni hiki hapa.

1. At what time did you come yesterday? I came at 7p.m.
2. What time is it now? It is 12 noon.
3. Come tomorrow at 8 a.m., I will be at home.
4. When do you go to work? At 7.30 a.m.
5. When does school begin? It begins at 7 a.m.
6. Children must go to bed at 7 p.m. and wake up at 6 a.m.
7. Is it not too early? It is good, they will be healthy.
8. We worked the whole day yesterday, we were very tired. We returned home at 9 p.m.
9. At what time did you get up today? I got up at 5 a.m.
10. Father came back late; he came at 1 a.m.

## PART TWO
### *SOMO LA ISHIRINI NA TISA*
### *TATU AND HER CHILDREN AT HOME*

Tatu is a mother. She has three children: Mashaka, Chausiku and Sijali. Tatu lives in a rural area with her children. She has a garden of fruits and vegetables. Tatu gives her children nutritious food everyday: vegetables, eggs, fruits, fish potatoes, rice, milk, meat, etc...

One day Tatu saw her child, Mashaka, eating unripe fruits. She forbade him, for they are not good. Tatu took one good fruit and gave it to Mashaka. That child was very glad and said, "Thank you, mother."

Another day Tatu went to town with her child, Chausiku. On the way Chausiku felt thirsty and wanted to drink some river water. Her mother forbade her saying, "River water is not good for drinking; it has germs of various diseases. Wait until we get home, I will give you some clean water." Although Chausiku was very thirsty she did not drink that water; she waited until they reached home. Tatu brings up her children well, she teaches them by words and by deeds also. Tatu is a good mother.

## EXERCISE 37 (page 70)

1. How many children has Tatu? Mention their names.
2. Where does Tatu stay? What does she do?
3. Which types of food are nutritious?
4. Who ate unripe fruits? What did Tatu do?
5. What did the child say when he was given a good fruit by Tatu?
6. Why did Tatu forbid Chausiku to drink river water?
7. What did Chausiku do when she was refused by her mother to drink river water?
8. Is Tatu a good mother? Why do you say so?
9. Where did Tatu go with Chausiku?
10. Is river water good for drinking? Why?


## A STORY

Tatu went to the garden to pick fruits. When she arrived she saw that some fruits were ripe while others were not. Her sisters, Bahati and Amina, wanted some fruits. They picked all the fruits, the ripe ones and the unripe ones. They put the unripe fruits in the kitchen to ripen. They ate the ripe fruits on the spot. They were hungry. While they were there in the garden, there appeared a big monkey. Tatu and her sisters were very much frightened. They ran home crying, "Monkey, moneky!" Mashaka and his sisters, Chausiku and Sijali, came out when they heard those yells. Mashaka was a brave young man. He took a stick and went to the garden to chase away the monkey. When that monkey saw Mashaka coming with a stick, he ran away and entered the bush.


## EXERCISE 38 (page 71)

1. Who picked the fruits?
2. Were all the fruits unripe?
3. What did Tatu and her sisters fear? What did they do?
4. Why did Tatu and her sisters eat fruits in the garden?
5. Who chased away the monkey?
6. Where did the monkey go?

112

## AMINA AND HER COOK IN THE KITCHEN

| | | |
|---|---|---|
| Amina | : | Cook, what will you cook today? |
| Cook | : | I will cook rice and fish. I know you don't eat fish; I will cook you some meat. |
| Amina | : | Very well. Do all the guests eat fish? Did you ask them? |
| Cook | : | No, I did not ask them; wait, I am going to ask them right away. |
| Amina | : | Hurry up, it is 11 a.m. When are we going to eat today? |
| Cook | : | Don't worry, food will soon be ready as usual. |
| Amina | : | Well, go, do your work; if you need any help, call me, do you hear? |
| Cook | : | Yes, mother. |

### SOMO LA THELATHINI
### TATU GOES TO THE MARKET

When Tatu was a child she had a friend, his name (was) Chenga. Tatu and Chenga loved each other very much. They went to school together everyday, they played together. One day Tatu was sent by her mother to the market. She was alone on the way. She met Chenga, they greeted each other as follows:

| | | |
|---|---|---|
| Chenga | : | Hello Tatu? |
| Tatu | : | I am well and how are you? |
| Chenga | | I am well, and you? |
| Tatu | : | I am well (don't worry, I am well). |
| Chenga | : | I feel so happy to meet you alone at this time (at these hours). Where are you going? |
| Tatu | : | I am going to the market; mother has sent me alone today. |
| Chenga | : | May I accompany you? I have no work, I will be glad to go with you. |
| Tatu | : | If you want, let us go. I am afraid to go alone. |
| Chenga | : | I am lucky to get this opportunity. |
| Tatu | : | Why? Don't we see each other everyday? |
| Chenga | : | Yes, but today is different from all other days. |
| Tatu | : | What is the difference? For me everything is |

the same as yesterday, the day before yester-
day and always.

Chenga : There is a difference, I will tell you just now.
Let us (just) go.

Tatu : Well now, tell me, what is it? A secret or
what?

Chenga : Don't be in a hurry, I will tell you, wait a little.

Tatu : What should I wait for? Just tell me, I am here
I will not run away from you.

Chenga : For a long time I had wanted to tell you, but I
did not get a chance.

Tatu : Why are you beating about the bush? (going
round and round) without saying anything
concrete.

Chenga : It is like this. I would like you to marry me
when we are grown ups, what do you say?
Don't you like to be my wife for life?

Tatu : Your words make no sense (have no sense); if
you have nothing to say better keep quiet.

Chenga : I know you cannot agree at once, go and think
over it slowly.

Tatu : I have nothing to think about, let us speak
about something else. Do you see that bus?

Chenga : Let us go quickly, we will be late, buses are dif-
ficult (to get) here these days.


*EXERCISE* 39 *(page 74)*

1. When Tatu was going to the market whom did she meet
   on the way?
2. Who said, "What difference"?
3. Who said, "What (thing) is that"?
4. Who accompanied Tatu?
5. Who said, "Your words are meaningless"?
6. Who said, "Let us speak about something else"?
7. Who said, "I am lucky"?
8. What did Chenga tell Tatu concerning marriage?
9. Are buses easy or difficult to get?
10. Was Tatu a child or an adult at this time?

## SOMO LA THELATHINI NA MOJA
## AT THE SHOP

Tatu told her children to go to the shop to buy things. Chausiku said, "Mother, I will go alone to the shop, I am not afraid of anything." Mashaka was glad to hear that, because he did not like to go to the shop; he wanted to play football. So Chausiku left at once. She came to the shop and found many people. She asked, "Is there rice?" The shopkeeper answered, "There is rice, sister; how much do you want?" Chausiku answered, "Give me 5 kilos. Give me also  half a kilo of curry powder, a quarter kilo of pepper, and a kilo of potatoes. Give me quickly so that I may run home; mother is waiting for me on the way, for it is dusk and I am alone."

The shopkeeper said, "Well, sister Chausiku, here are your things, give me Sh. 10/50." Chausiku said, "I haven't 10/50, I have only 9.50." The shopkeeper said, "Well, never mind, give me that only." Chausiku gave him the money and took her things and left, running She arrived home before it was too dark.

### EXERCISE 40 (page 76)

1. What did Tatu tell her children?
2. Who went to the shop?
3. Why did Mashaka dislike going to the shop?
4. What did Chausiku buy in the shop?
5. How many shillings did the shopkeeper want? How many did he get?
6. How many kilos of curry powder did Chausiku buy?
7. Who said, "Give me that (money) only?"
8. When did Chausiku arrive home?
9. With whom did Chausiku go to the shop?
10. Was Chausiku afraid to go alone?

## SOMO LA THELATHINI NA MBILI
## ON THE ROAD

Amina, Tatu's sister, knows how to drive a car. Her husband has a new car, a VW model. Amina is an excellent driver, she does not drive fast, she knows that fast driving is dangerous.

If you go by her car you will enjoy it, you will not be afraid.

One day Amina went to the farm by car. On the way there she enquired about the condition of the road, as it had rained the night before. Other drivers told her that the road was very bad, that it had much mud and was slippery. So Amina drove very slowly. She met with one lorry. The driver of the lorry was driving very fast. Amina pulled aside to let him pass, and thereupon got stuck very badly. Fortunately that lorry had many strong men. They helped to push Amina's car. When she got out of the mud Amina was very glad. She said, "Thank you very much, brothers. I don't know what I would have done". Those men praised Amina for her skill (in driving). They said, "You are a very good driver, sister, but these roads have no good driver, every driver gets stuck now and then. It is customary to get stuck on these roads of ours, because there is no tarmac."

### EXERCISE 41 (page 78)

1. Why was Amina stuck?
2. Who helped her to push her car?
3. Why is it customary to get stuck on our roads?
4. Who drove fast?
5. Who is a good driver? Amina or the lorry driver?
6. Does Amina drive fast? Why?
7. Why did Amina enquire about the condition of the road?
8. What information did Amina get about the road?

### SOMO LA THELATHINI NA TATU
### TATU AT THE OCEAN

One day Tatu went to the ocean to swim. She went with her children. It was the first time for her children to be (reach) at the ocean, let alone to swim. Sijali was afraid of going into the water, especially when she saw waves going up and down violently. Mashaka jumped (threw himself) into the water and tried to swim. Their mother held Sijali by the hand and took her slowly into the deep water. Chausiku and Mashaka followed their mother behind. Tatu showed them how to swim. After a short time Tatu and her children began to play in the water without any fear.

When they were tired of swimming Tatu and her children went to see the ships. On that day many ships had arrived from different countries which have business relations with this country. These ships brought goods and took crops from this country to other countries (foreign countries). The children asked Tatu many questions about the ships and their voyages. Tatu answered a few questions ,and then told her children, "Let us go home now, I will answer your questions when we get home."

## EXERCISE 42 (page 80)

1. Where did Tatu go with her children?
2. Who was afraid to go into the water?
3. Was Mashaka afraid of going into the water ?
4. Who tried to swim?
5. What did Chausiku do in the ocean?
6. What did Tatu do when she got tired of swimming?
7. What do ships come for?
8. Who asked many questions?
9. Did Tatu answer all the questions of her children?
10. Who was held by the hand in the ocean?

## SOMO LA THELATHINI NA NNE
### TATU AT SERENGETI

In Tanzania there is a big park of wild animals. Do you know the name of this park? It is called Serengeti. It is near the town of Arusha. In Serengeti there are animals of every sort, big and small, for example: elephants, giraffes, rhinoceros, lions, leopards, buffaloes, ostriches, impalas, and many others. If you want to see all these animals go to Serengeti. Every year many people come to Serengeti to see animals. They come from different countries: Europe, America, Asia, and others.

Tatu and her children heard about Serengeti. One day they went to see animals at Serengeti. When they reached Arusha they met many tourists, and they went to Serengeti together. Tatu was very glad to get this opportunity to show her children this big plain for animals.

Although they were inside a car Sijali was frightened

when she saw a lion lying down and giraffes eating grass. Her mother said to her: "Don't be afraid, there is no danger." Mashaka and Chausiku had their own private talk. I don't know what they were talking about. I think they were talking about the wild animals. This was their first time to see so many animals. They were very happy.

In the evening Tatu and her children returned to Arusha town and slept at their aunt's. Her children described what they had seen in Serengeti. Their aunt was very glad to hear their stories. Finally she said, "I will also go to Serengeti next year when you go there, or what do you say?" The children answered all together, "Yes, aunt, let us go together, Serengeti is very nice. It is one of the wonders of the world, is it not mother?" Their mother was in the bathroom; she did not hear what her children had said. If she had heard, no doubt she would have agreed with her children.


## EXERCISE 43 (page 83)

1. What is Serengeti? Where is it?
2. What do people go to Serengeti for?
3. Who was afraid of the lion at Serengeti?
4. Where do the tourists who visit Serengeti come from?
5. Where did tatu meet the tourists?
6. Who said, "There is no danger?" Why did she say so?
7. Where did Tatu and her children sleep when they came from Serengeti?
8. What did their aunt say?
9. Who said Serengeti is one of the wonders of the world?
10. Who was in the bathroom?


## SOMO LA THELATHINI NA SITA
### THE AIRPORT

Tatu had a friend called Wambura. One day Wambura wrote Tatu a letter. In the letter she said, "Hallo my friend, I will come by plane the day after tomorrow, we shall meet and talk about many things ..." Tatu went to the airport to receive her friend. Wambura came from Nairobi by the morning plane; they left Nairobi at 8 a.m. and arrived at Arusha at 8.30 a.m. When the plane landed Wambura came out with other passengers. Tatu took her luggage and put it in a taxi. On the way they talked happily, laughing heartily now and then. The taxi driver was also happy to listen to their talk. It is indeed a great joy to see people who love one another.

When they reached Tatu's home, the children came out to greet the guest. Mashaka helped to carry the luggage and Chausiku laid the table. Sijali was playing outside with her companions. Her mother called her and she came at once. In the evening Wambura told them about her flight.

### EXERCISE 44 *(page 86)*

1. Who is Tatu's friend? Where does she live?
2. From whom was the letter? What did it say?
3. When did Tatu's friend arrive at Arusha?
4. How long did the plane take from Nairobi to Arusha?
5. Why was the taxi driver happy?
6. Where was Sijali when her mother called her?
7. Who helped to carry the luggage?
8. What did Chausiku do?
9. Who travelled by air and later on talked about it?
10. What did Wambura do when the plane landed?

### A STORY

A plane was in the air. The pilot told the passengers, "You may smoke now." After a little while he shouted, "Put out your cigarettes quickly and put on your safety belts at once." All the people were frightened. The plane was above the clouds, it began to descend faster and faster. Under the clouds there was fog; the pilot could not see the airport. He tried to go round but the plane continued to descend. Finally he landed on a field. This pilot was very skilled. Although the plane was out of order, he landed safely; nobody was hurt. When the plane had landed the passengers came out trembling. They all shook hands with the pilot and congratulated him for his bravery. Many people came to see the plane accident. They were surprised to see that all the passengers were safe. After an hour or so a helicopter came and took all the passengers away.

1. Why was the pilot congratulated by the passengers?
2. Where did the plane land? Why?
3. Who was hurt in that plane?
4. Why were the people surprised?
5. Who came to take the passengers away?

## SOMO LA THELATHINI NA SABA
### AT WORK

Tatu has a big field. She works in the field with her children. Every year they plant good seeds of maize, rice, beans, and cassava. Tatu does not like a lazy child. One day Mashaka came late to the field. His mother told him, "If you come late again you will cultivate alone when we go home". From that day Mashaka has not come late again to work. Tatu's children know that every body must work. Tatu works hard, and her children also work hard.

Last year Tatu and her children got a very good harvest. Tatu has no food problem, her children eat nutritious food everyday. Sometimes Tatu goes to the market to buy fish, onions, and meat. Everyday she gives food to her children to take to school. They help her with *shamba* work when they return from school in the evening. Mashaka works hard at school; his teachers like him very much. Chausiku has just begun attending school. Sijali is still small.

## EXERCISE 46 (page 89)

1. Who was late one day to report to work? What did Tatu say?
2. What has Tatu? With whom does she work?
3. Who got a good harvest last year?
4. Is there any food problem at Tatu's? Why?
5. What do Tatu's children take when they go to school?
6. What do Tatu's children do when they return from school?
7. Why is Mashaka liked by his teachers?
8. Does Sijali go to school? Why?
9. When did Chausiku begin going to school?

10. Who works hard?

## A POEM IN PRAISE OF WORK

1. Don't go to town to look for a job
   You will waste your time, that is clear
   Agriculture is the mainstay
   Of good life even in dry season.

2. If you want good food (you get it) in the field
   Fruits, eggs, there is their home
   In the morning you have tea with eggs
   At noon meat with potatoes and rice in the evening.

3. Human dignity, good life and neighbourliness
   Are well established there without any mishap
   You will never live alone, never
   Relatives, neighbours, you live together happily.

4. In the towns people lack neighbourliness
   The clerk does not know the messenger
   They don't greet each other on the way
   As they rush to work.

5. Money reigns in their innermost heart
   When they don't get it they are not happy
   They don't sleep when they lie down to bed
   They would go even to the factories (looking for a job to
   get money).

6. And you, take the advice, stay at home in the rural
   area
   Build your house of worth (a worthwhile house)
   You will get a child whom you will call Shabani
   And lead a good life in your own home.

## SOMO LA THELATHINI NA NANE
### OUR SCHOOL

Our school is in the village. Our village has many people and many of them have children. In our village every child goes to school. Our school has many boys and girls, but the boys are more than the girls. There are 260 girls, and boys are twice as many. How many boys are there? No doubt there are 520 boys. The total number of our school children is 780.

There are also many teachers, women and men. Male teachers are three times the number of female teachers. My sister is a teacher in our school. She was the head teacher last year. She refused to be the head teacher this year; she says that it is too much work, she does not get time to look after her children at home. Many people think that is better that only men become head teachers, because they have more time than women, especially women who have small children.

The head teacher of our school is hard-working. All the children and teachers like him. One day he told all the children to bring stones for building the standard seven classroom. The children brought many stones. The head teacher also brought stones every morning. The children piled up their stones. Later they lined up and the head teacher inspected them to see if their hair, hands, feet and clothes were clean. The dirty ones were punished.

Few children go to secondary school from our school each year. We have only three children who are studying at the University of Dar es Salaam, and five at the Morogoro College of National Education, near Dar es Salaam. Our teachers work hard in their difficult task of teaching our children different subjects.

In front of the school there is a big field which is cultivated, by teachers and pupils. They plant various seeds every year and they get good harvests. Our school has no shortage of money for buying school equipment with. We, the parents, also help with the work in the school field. There is good cooperation between the school and the village.

*EXERCISE 47 (page 92)*

1. How many girls has our school?
2. Who was the head teacher last year?
3. Who do many people think should be the head teacher? Why?
4. Why is it difficult for women to be head teachers?
5. Why do the children bring stones?
6. Why do the pupils stand in a line in front of the school

everyday?

7. What happens to the dirty pupil?
8. How many children from our school are studying at the University of Dar es Salaam?
9. Why is it that our school has no shortage of funds for buying school materials?
10. What kind of relationship exists between the school and our village.

## MAZUNGUMZO

(Tatu azungumza na mtoto wake, Mashaka)

| | |
|---|---|
| Tatu | : Was the examination difficult? |
| Mashaka | : Yes, the examination was very difficult. |
| Tatu | : Do you think you have passed? |
| Mashaka | : I don't know, but I did almost all the questions. |
| Tatu | : Did all the children find the examination difficult? |
| Mashaka | : Yes, every child said this examination was very difficult. |
| Tatu | : What did your teacher say about this examination? |
| Mashaka | : He did not say anything. He only said "Take it easy children!" |
| Tatu | : When will the results be out? |
| Mashaka | : The results will be out next month. |
| Tatu | : If you pass where will you go? |
| Mashaka | : If I pass, mother, I will go to the secondary school. |
| Tatu | : What do you want to study for? What profession do you like? |
| Mashaka | : I want to be a doctor and treat patients. Our country has not got enough doctors, and patients are very many. |
| Tatu | : That is very nice, my child, I will be very happy if you become a doctor. |

Tanzania is a big country; it is in East Africa. Long ago Persians, Arabs, Indians and, later on, Europeans came to the east coast of Tanzania to trade. The Arabs took slaves, they engaged in slave trade. The Europeans brought colonialism and imperialism to Tanzania.

Tanzanians fought for their independence. Today Tanzania is a free country. The leaders always say, "Freedom and work!" Everybody must work. The policy of Ujamaa (Socialism) and Self-Reliance stresses work. All Tanzanians must work hard to develop their country. Tanzania has a population of eighteen million. It has many children and few old people; children are twice as many as the old people. All these children must go to school to be educated. Many schools have been built by the citizens.

The Tanzania ruling Revolutionary Party (CCM) believes in the equality of all men, and practises the policy of social equality, irrespective of race, religion, etc. All Tanzanians speak Swahili, their national language. Tanzanians are hospitable people; if you come to Tanzania you will enjoy living with them. In order to enjoy your trip to Tanzania learn Swahili. Many visitors who come to Tanzania learn Swahili; many of them say that Swahili is one of the easiest languages in the world. Make an effort to learn Swahili now. If you want to speak good Swahili come to Tanzania after finishing this book. When you get here speak Swahili every day without fear of making mistakes.

### EXERCISE 48 (page 95)

1. Where is Tanzania?
2. What did the Tanzanians fight for?
3. Why did the Arabs come to the (east) coast of Tanzania?
4. What is the population of Tanzania?
5. Who built many schools in Tanzania?
6. What would you do in order to enjoy your trip to Tanzania?
7. Where would you go to learn good Swahili?
8. Is there any discrimination in Tanzania?

9. Why should all Tanzanians work hard?
10. Who came to Tanzania to trade?
11. Who says, "Freedom and Work!"?
12. What would you do to learn good Swahili when you come to Tanzania?

### SOMO LA AROBAINI
### TATU GOES TO THE POST OFFICE

Tatu went to the post office to post her letter to her friend, Wambura. Tatu lives in Tanzania and Wambura lives in Kenya. Tatu and Wambura often write each other letters. Every year Tatu and Wambura meet once either in Arusha or in Nairobi. Last year Wambura came to Arusha, this year Tatu is going to Nairobi. Before she departs (for Nairobi), Tatu must write Wambura a letter informing her of the day and hour of her arrival.

Tatu got a letter from Wambura in Nairobi the day before yesterday. Tatu answered it at once. She said, "Dear Wambura, greetings. Thank you for your nice letter. I am glad to hear you had a safe trip (you arrived safely). "Pole" for the long trip. You are lucky, you travel by plane. I have never been on the plane. I always travel by bus or by train. If I get money, this year I will come to Nairobi by air. I will let you know early enough so that you come to meet me at the airport..."

These days many people write one another letters. Letters are carried by air, by train, by bus or on foot. Long ago messengers in England used to carry mail on horse-back, in Arabia they used camels, and here in our country, they went on foot.

### EXERCISE 49 (page 97)
1. Does Tatu work at the post office?
2. Why did Tatu go to the post office?
3. Where does Tatu's friend live? What is her name?
4. When did Tatu get a letter?
5. How are letters carried these days?
6. What did the Arab messengers ride formerly?
7. Where did the messengers go on foot?

8. Who has not been on the plane yet, Tatu or her friend?
9. Where is Tatu going this year?
10. How often does Tatu meet her friend every year?

# VOCABULARY

Only words used in the exercises are given here. It follows therefore that the words in the lists of useful phrases should be learnt and referred to as and where they appear. The English-Swahili vocabulary list has, therefore, been deliberately kept short.

In the Swahili-English section the plural prefixes of nouns are given after the stem. If no plural prefix appears it means that the noun either has no plural or does not change its form in the plural, e.g. *nyumba*, "house(s)". Verbs have been listed by their stems i.e. without the prefix *ku-*, which is, however, given immediately after the stem, e.g. *"enda, ku-*, "to go," etc....

Some of the words given here have more meanings than the ones given here. The author has given only the meaning appropriate to the text. The student is thus advised to consult the *Swahili-English Standard Dictionary* for detailed definitions of the words.

## SWAHILI—ENGLISH VOCABULARY (WORDS IN THE EXERCISES)

### A

| | |
|---|---|
| -a, | of (takes class prefixes) |
| a- | he, she (used with verbs) |
| abiria, | passenger |
| acha, ku- | to stop doing something |
| achana, ku- | to part company |
| adhuhuri, | Midday |
| adui, | enemy |
| afisa, ma- | officer |
| afisa tawala, | administrator |
| Afrika, | Africa |
| **Afrika Mashariki,** | East Africa |
| Afrika Magharibi, | West Africa |

| | |
|---|---|
| aga, ku- | to take leave of |
| agana, ku- | to take leave of one another, to agree upon something |
| ahadi, | promise |
| aina, | kind, sort |
| aina gani? | what kind, what sort ...? |
| ajabu, ma- | wonder |
| ajali, | (1) accident (2) fate |
| akiba, | savings |
| -ako | your (sing) |
| akili, | intelligence, mind |
| alama, | sign, mark |
| alfu, | thousand (see *elfu*) |
| alika, ku- | to invite |
| amba- | has no independent meaning, attached to relative particles |
| ambia, ku-, | to tell |
| amini, ku- | to trust, believe in |
| amka, ku- | to greet |
| amsha, ku- | to awaken, arouse |
| ana, | he, she has |
| andaa, ku- | to prepare, set in order |
| andika, ku- | to write |
| anga, angani, | sky, in the sky |
| angalia, ku-, | to look at, watch over |
| -angu, | my, mine |
| anguka, ku- | to fall down |
| angusha, ku- | to cause to fall, to fell |
| anza, ku- | to begin |
| -ao | their |
| ardhi, | land |
| ari, | eagerness |
| arifu, ku- | to inform |
| asante, | thank you, thanks |
| asubuhi, | morning, in the morning |
| asubuhi sana, | very early in the morning. *leo asubuhi*, this morning |
| au, | or. |

| | |
|---|---|
| baada ya, | after |
| baadaye, | afterwards |
| baba, | father |
| babu, | grand-father |
| bado, | not yet, still |
| bado kidogo, | a little while yet |
| bado mtoto, | (he is) still a child |
| bahari | ocean, sea |
| baharini, | in, at the ocean |
| bahasha, | envelope |
| bahati, | luck |
| baki, kubaki, | remainder, rest, to remain |
| bakshishi, | tip |
| banda, | hut |
| bandari, | port |
| barabara, | road |
| baraka, | blessing |
| baridi, | cold |
| barua, | letter |
| basi, ma- | bus |
| basi, | so, then |
| -baya, | bad |
| beberu, ma- | imperialist (lit. he-goat) |
| bei, bei gani? | price, at what price? |
| bendera, | flag |
| bepari, ma-, | capitalist |
| bia, | 1) beer 2) share; partnership (in business) |
| biashara, | trade, business |
| bibi, | grand-mother, lady |
| mabichi, | unripe, uncooked |
| bidhaa, | goods, merchandise |
| bidii, kwa-, | effort, with effort |
| bila, | without |
| bizari, | curry powder |
| blanketi, | blanket |
| boma, | headquarters, fort |

| bora, | excellent, very good |
| -bovu, | rotten, out of order |
| bunduki, | gun |
| bunge, | parliament |
| bure, | in vain, gratis |
| bustani, | garden |
| bwana, ma-, | lord, master. |

## CH

| -chache, | few |
| -chafu, | dirty |
| chafuka, ku-, | become dirty, be excited |
| changua, ku-, | to choose, to vote |
| chai, | tea |
| chakula, vy- | food |
| cheka, ku-, | to laugh |
| chekelea, ku-, | to smile |
| chekesha, ku-, | to amuse |
| chelewa, ku-, | to be late |
| chemka, ku-, | to boil |
| chemsha, ku-, | to cause to boil |
| cheni, | chain |
| cheo, | rank, social status |
| cheti, vy- | certificate |
| cheza, ku-, | to play |
| chini, | down, under |
| choka, ku-, | to be tired |
| chombo, vy-, | vessel (of any kind) |
| choo, vy-, | toilet |
| chui, | leopard |
| chukua, ku-, | to take |
| chuma, vy-, | iron (metal) |
| chuma, ku-, | to pick (fruits, vegetables, etc.) |
| chumba, vyu-, | room |
| chuo, vy- | college |
| chuo kikuu, | university |
| chupa, | bottle. |

| | |
|---|---|
| dada, | sister |
| dakika, | minute |
| dalili, | symptom, mark (see *alama*) |
| damu, | blood |
| darasa, | class room, class |
| dawa, | medicine |
| deki, kupiga-, | to wash the floor |
| dereva, ma-, | driver |
| desturi, | custom, routine |
| dini, | religion |
| -dogo, | small, little |
| duka, ma-, | shop |
| dunia, duniani, | world, in the world. |

# E

| | |
|---|---|
| -ekundu, | red |
| elea, ku-, | to float |
| elewa, ku-, | to understand |
| eleza, ku-, | to explain |
| elfu, | 1,000 |
| elimu, | education |
| -ema, | kind, good at heart |
| -embamba, | slender, slim |
| embe, | mango |
| enda, ku-, | to go |
| endelea, ku-, | to go on, to progress |
| maendeleo, | development |
| endesha, ku-, | to drive |
| -enu, | your (pl.) |
| -enye, | having |
| -enye nguvu, | strong |
| -enyewe, | self, (e.g. *mimi mwenyewe* I myself) |
| -epesi, | light (not heavy) |
| -eupe, | white |
| -eusi, | black |
| -etu, | our. |

# F

| | |
|---|---|
| fa, ku- | to die |
| faa, ku-, | be usefu, fit |
| fahamu, ku- | to know |
| fahari,. | glory, splendour |
| faida, | profit |
| faidika, ku- | to profit |
| fanya, ku-, | to do, make |
| fanyika, ku-, | to be done |
| faraja, | confort, consolation |
| farasi, | horse |
| faulu, ku-, | to pass, to succeed |
| fedha, | money |
| ficha, ku-, | to hide |
| fika, ku-, | to arrive |
| fikiri, ku-, | to think |
| fikiria, ku-, | to think of, to consider |
| fimbo, | stick |
| fisi, | hyena |
| fomu, | form |
| fua, ku-, | to wash clothes |
| fulia, ku-, | to wash clothes for |
| fuata, ku-, | to follow |
| fukuza, ku-, | to chase, to drive away |
| fulani, | a certain person |
| fundi, ma-, | skilled worker |
| fundisha, ku-, | to teach |
| funga, ku-, | to tie up, to shut |
| fungulia, ku-, | to open to, for. |
| funguo | keys (sing. *ufunguo*) |
| funza, ku-, | to teach (not so frequently used) |
| -fupi, | short, shallow |
| furaha, | joy |
| furahi, ku-, | to be happy. |

# G

| | |
|---|---|
| gani? | which? (*kitu gani? mtu gani?*) |
| gari, ma-, | car |

| | |
|---|---|
| gawanya, ku-, | divide |
| gazeti, ma-, | newspaper |
| giza, | darkness |
| ghali, | expensive |
| godoro, ma-, | mattress |
| -gumu, | difficult. |

## H

| | |
|---|---|
| haba, | little amount |
| habari, | news |
| habari gani? | how are you? |
| hadithi, | story |
| hafifu, | of poor quality |
| haidhuru, | it does not matter |
| **haki,** | justice |
| hakika, | certainly |
| hakuna, | there is, are, not |
| halafu, | afterwards |
| hamsini, | fifty |
| hapa, | here |
| hapana, | no, not so |
| hapo, | there, on the spot, there upon |
| haraka, | haste |
| haribika, ku-, | to be broken, out of order |
| hasa, | especially |
| hasara, | loss |
| hasira, | anger |
| hata, | even |
| hata kidogo, | not at all |
| hatari, | danger |
| hawa, | these (people) |
| haya, | well, agreed! |
| heko, | congratulation |
| heri, | happy state *(kwa heri,* goodbye) |
| hesabu, | arithmetic, calculation |
| hesabu, ku-, | to count |
| hiki, hivi, | this, these *(ki/vi* class) |
| hivyo, | after that manner, so |
| **hodi,** | Swahili way of "knocking at the door " |

| | |
|---|---|
| hodari, | brave |
| hofu, | great fear |
| hujambo? | how are you? |
| huko, | there |
| huyu, | this man |
| huzuni, | sorrow. |

## I

| | |
|---|---|
| iba, ku-, | to steal |
| idara, | department |
| imara, | firm |
| ingia, ku-, | to enter |
| -ingi, | much, many |
| -ingine, | other |
| ingiza, ku-, | to cause to enter, put into |
| isha, ku-, | be finished, complete |
| ishi, ku-, | to live |
| ita, ku-, | to call |
| iva, ku-, | be ripe, cooked. |

## J

| | |
|---|---|
| ja, ku-, | to come |
| jaa, ku-, | be full |
| jambo, | hello |
| jambo, mambo, | matter |
| jamaa, | family (from which *Ujamaa* is derived, which see) |
| jamii, | society |
| jana, | yesterday |
| janja, | clever |
| japo, | although |
| jaribio, ma-, | trial, experiment |
| jaribu, ku-, | to try, attempt |
| je, | well (introducing a question) how? (suffixed to verbs) |
| jenga, ku-, | to build |
| jibu, ku-, | to answer |
| jibu, ma-, | answer |
| jicho, macho, | eye |

| | |
|---|---|
| jifunza, ku-, | to learn |
| jiko, meko, | kitchen |
| jina, ma-, | name |
| -jinga, | foolish |
| jino, meno, | tooth |
| jioni, | evening, in the evening |
| jiwe, mawe, | stone |
| jogoo, | cock |
| jua, | sun |
| jua, ku-, | to know |
| juhudi, | effort |
| julikana, ku-, | to be known |
| jumla, | total number |
| jumlisha, ku-, | to add up |
| juu ya, | on top of, concerning |
| juzi, | day before yesterday. |

## K

| | |
|---|---|
| kaa, ku-, | to sit, dwell in a place |
| kaanga, ku-, | to fry |
| kabisa, | utterly, exactly |
| kabla ya, | before |
| kadri ya, | according to |
| kahawa, | coffee |
| kaka, | elder brother |
| kali, | sharp, fierce, severe |
| kama, | if, as |
| kamata, ku-, | to catch |
| kamili, | complete |
| karani, | clerk |
| karibisha, ku-, | to welcome, receive |
| karibu! | welcome! |
| karibu na, | near |
| kasirika, ku-, | to be angry |
| kataa, ku-, | to refuse |
| kata, ku-, | to cut |
| kataza, ku-, | to forbid |
| katikati ya, | centre, in the middle of |
| katika, | in, inside |
| kati ya, | between |

| | |
|---|---|
| kavu, | dry |
| kawia, ku-, | to delay |
| kelele, | noise |
| kesho, | tomorrow |
| ki si, | measure, amount |
| ki isi gani? | how much? |
| k itu, vi-, | shoe |
| k izi, vi-, | shoe |
| k izi, vi-, | potato |
| k ooko, vi-, | hippo |
| k hwa, vi-, | head |
| k lole, vi-, | finger |
| k logo, | a little |
| k udu, vi-, | insect |
| ki iru, vi-, | rhino |
| kif ia, vi-, | chest |
| kijana, vi-, | youth |
| kijiji, vi-, | village |
| | |
| kijiko, vi-, | spoon |
| kikapu, vi-, | basket |
| kike, | female |
| kikohozi, vi-, | cough |
| kikombe, vi-, | cup |
| kila, | every |
| kilimo, | agriculture |
| kilo, | kilogramme |
| **kimbia, ku-, kimbiza, ku-,** | to run; to drive fast |
| kinywa, | mouth |
| kinywani, | in the mouth |
| kiongozi, vi-, | leader |
| kioo, vi-, | mirror, glass |
| kipofu, vi-, | blind person |
| kisha, | there after |
| kisima, vi-, | well (of water) |
| kisirani, . | mishap, misfortune |
| kisiwa, vi-, | island |
| kisu, vi-, | knife |
| kitabu, vi-, | book |
| kitanda, vi-, | bed |
| kitendo, vi-, | deed |

| | |
|---|---|
| kiti, vi-, | chair |
| kitivo, vi-, | faculty (academic) |
| kitu, vi-, | thing |
| kitunguu, vi-, | onion |
| kiu, | thirst |
| kiwanda, vi-, | factory |
| kiwanja, vi-, | plot, piece of ground |
| kiwete, vi-, | lame person |
| kiziwi, vi-, | deaf person |
| kondoo, | sheep |
| kosa, ma-, | mistake, error |
| kosa, ku-, | to miss, to err |
| kubali, ku-, | to agree |
| kubwa, | big, great |
| kucha, ma-, | claw |
| kuhusu, | about, concerning |
| kuku, | hen |
| kule, | there |
| kuliko, | more than |
| kumi, | ten |
| kuna, | there is, are |
| kura (piga), | vote, to vote |
| kuta, ku-, | to find |
| kutana, ku-, | to meet |
| kutwa, | all day long |
| -kuu, | big, chief; *chuo kikuu,* university; *mwalimu mkuu,* headmaster |
| kwa, | to, for |
| kwa nini? | why |
| kwa sababu, | because |
| kwama, ku-, | to get stuck |
| kwamba, | that (conjunctive) |
| kwanza, | firstly |
| kwao, | to their, in their home country |
| kweli, | surely, indeed |
| kwenu, | at, to your home (country) |
| kwetu, | at, to our home (country). |

# L

la,     no, *la hasha,* not at all
la, ku-,     to eat
ladha,     taste
laini,     soft
lainisha, ku-,     to make soft
laki,     100,000
lala, ku-,     to lie down, to sleep
lami,     tarmac; *barabara ya lami,* tarmac road

laza, ku-,     to lay down. *Laza mtoto,* put child to sleep

lazima,     necessity. *Ni lazima,* it is necessary

lea, ku-,     to bring up (children)
lemea, ku-,     to weigh heavily upon, to press down

leo,     to day
leseni,     licence
leso,     handkerchief
leta, ku-,     to bring. *Leta chai,* bring tea
lewa, ku-,     become drunk
lia, ku-,     to cry, weep
lilia, ku-,     to cry for
lima, ku-,     to till the land, to cultivate
limao, ma-,     lemon
linda, ku-,     to protect, to watch over
lisha, ku-,     to feed
liwa, ku-,     to be eaten
lowa, ku-,     to become wet
lugha,     language
lulu,     pearl, precious stone.

# M

-m-     him, her
m-,     you (pl.)
maajabu,     wonders
maana,     meaning; *haina maana,* it has no meaning, it is nonsense

| | |
|---|---|
| maarifa, | experience, knowledge, subject-matter |
| maarufu, | noted, famous |
| mabasi, | buses |
| maendeleo, | development |
| mafuta, | oil |
| mahali, | place |
| maharage, | beans |
| mahindi, | maize |
| maisha, | life |
| majani, | grass |
| maji, | water |
| mali, | wealth |
| maliza, ku-, | to finish |
| mama, | mother |
| mambo, | matters |
| mapema, | early |
| mapenzi, | love, affection |
| mara, | times |
| maradhi, | sickness |
| mashariki, | east |
| matata, | trouble |
| mate, | saliva |
| matokeo, | results |
| mauti, | death |
| mavuno, | harvest |
| mazao, | crop |
| maziwa, | milk |
| mazungumzo, | talk, conversation |
| mbali, | far away |
| mbalimbali, | different |
| mbegu, | seed |
| mbele, | in front (of) |
| mbili, | two |
| mbio, | running, speed |
| mbizi, | dive, *piga mbizi*, to dive |
| mboga, | vegetable |
| mbona? | why then? |
| mbuga, | plain |
| mbuzi, | goat |
| mbwa, | dog |

| | |
|---|---|
| mchana, | day time |
| mchele, | rice (uncooked) |
| **mchungaji, wa-,** | pastor |
| **mchungwa, mi-,** | orange tree |
| mdomo, mi-, | mouth, lip |
| mdudu, wa-, | insect |
| meli, | ship |
| meza, | table |
| mfanyakazi, | worker |
| mfuko, mi-, | pocket, bag |
| mgambo, | proclamation |
| mganga, wa-, | doctor |
| mgeni, wa-, | guest, visitor |
| mgongo, mi-, | back |
| mgonjwa, wa-, | sick person, patient |
| mguu, mi-, | leg, foot |
| Mhindi, wa-, | 1. Indian 2. Maize plant (pl. *mi-*) |
| mia, | hundred |
| milioni, | million |
| mimi, | I |
| **Mjerumani, (Mdachi), wa-,** | German |
| mji, mi-, | town, city |
| mjukuu, wa-, | grand child |
| mkanda, mi-, | belt |
| mkate, mi-, | bread |
| mke, wa-, | wife |
| mkizi, | type of fish |
| mkono, mi-, | hand, arm |
| mkulima, wa-, | farmer, peasant |
| mkurugenzi, wa-, | director |
| mlango, mi-, | door |
| mle, | in that place |
| mlevi, wa-, | drunkard |
| mno, | too much |
| mnyama, wa-, | animal |
| moja, | one |
| **moja kwa moja,** | straight on |
| **moja moja,** | one by one |
| moshi, mi-, | smoke |
| moto, mi-, | fire |

| | |
|---|---|
| moyo, mi-, | heart |
| **mpaka, mi-,** | limit, boundary |
| mpaka, | until |
| mpishi, wa-, | cook |
| msaada, mi-, | help |
| msafara, mi-, | caravan |
| msafiri, wa-, | traveller |
| msichana, wa-, | girl |
| msisimko, | awakening |
| msingi, mi-, | foundation |
| mstari, mi-, | line |
| **mtalii, wa-,** | tourist |
| mtende, mi-, | palm tree |
| mti, mi-, | tree |
| mtihani, mi-, | examination |
| mto, mi-, | 1. pillow 2. river |
| mtoto, wa-, | child |
| mtu, wa-, | man, person |
| mtumishi, wa-, | servant |
| muda, | period, duration |
| muhimu, | important |
| mume, wa-, | husband |
| mvua, | rain |
| mvulana, wa-, | boy |
| Mwajemi, wa-, | Persian |
| mwaka, mi-, | year |
| mwalimu, wa-, | teacher |
| mwalimu mkuu | headmaster |
| mwana, wa-, | one's own child |
| mwanadamu, wa-, | human being |
| mwanafunzi, wa-, | pupil, student |
| mwanamke, wa-, | woman |
| mwanaume, wa-, | man |
| mwandishi, wa-, | writer |
| mwanzo, mi-, | beginning |
| Mwarabu, wa-, | Arab |
| **mwenzi, wenzi,** | companion |
| mwezi, mi-, | month |
| mwili, mi-, | body |
| **mwisho, mi-,** | end |
| **mwishowe, mwishoni,** | at the end |

| | |
|---|---|
| mwizi, wezi, | thief |
| mwongo, waongo, | liar |
| mzee, wa-, | old man |
| mzigo, mi-, | load, luggage |
| mzizi, mi-, | root |
| Mzungu, wa-, | European. |

## N

| | |
|---|---|
| na, | and, with, by |
| -na-, | tense prefix (present tense affirmative) |
| nafasi, | space, opportunity |
| nami, | with me (so, *nawe,* with you, *naye, nasi, nanyi, nao*) |
| namna hii, | in this way; *(fanya namna hii,* do it in this way) |
| nanasi, ma-, | pineapple |
| nane, | eight |
| nanga, | anchor |
| nani? | who? |
| nawa, ku-, | to wash face, feet and hands only |
| nawe, | with you |
| nazi, | coconut |
| nchi, | land |
| ndani, | inside |
| ndege, | 1. bird 2. aircraft |
| ndivyo, | thus, that's how |
| ndizi, | banana(s) |
| nge, | scorpion |
| ndugu, | 1. relative 2. comrade |
| nene, | fat (used of people; see *nono*) |
| nenepa, ku-, | grow fat (of people) |
| neno, ma-, | word |
| ngamia, | camel |
| -ngapi? | how many? |
| ngazi, | ladder, step |
| ngoja, ku-, | to wait |
| ngojea, ku-, | to wait for |
| ngoma, | drum, dance |

| | |
|---|---|
| ng'ombe, | cow, cattle |
| nguo, | clothes, dress |
| ngurumo, | thunder |
| nguruwe, | pig |
| nguvu, | strength, force |
| ni, | is, are |
| ni- | I (affixed to verbs) |
| nini? | what? |
| njaa, | hunger |
| nje, (ya) | outside |
| njia, njiani, | way, on the way |
| njoo, njooni, | come |
| -nne, | four |
| -nono, | fat (of animal) |
| nunua, ku-, | buy |
| nusu, | half |
| nyama, | meat |
| nyamaza, ku-, | to keep quiet |
| nyani, | monkey |
| nyati, | buffalo |
| nyesha, ku-, | to rain |
| nyoka, | snake |
| nyoya, ma-, | feather |
| nyuki, | bee |
| nyuma (ya), | behind |
| nyumba, | house(s) |
| nyuso, | faces (sing. *uso*) |
| nywa, ku-, | drink |
| nywele, | hair |
| nzige, | locust. |

## O

| | |
|---|---|
| oa, ku-, | to marry (refers to a man) |
| olewa, ku-, | marry (refers to a woman) |
| oga, ku-, | to take a bath |
| ogelea, ku-, | to swim |
| ogopa, ku-, | to fear |
| omba, ku-, | to beg, ask for something |
| ona, ku-, | to see |
| ondoa, ku-, | to remove |

| | |
|---|---|
| ondoka, ku-, | to depart |
| onekana, ku-, | to be seen, be visible |
| ongea, ku-, | to speak |
| ongeza, ku-, | to increase, add to |
| onyesha, ku-, | to show |
| -ote, | all |
| -o, -ote, | any |
| oza, ku-, | 1. to rot 2. to give in marriage. |

## P

| | |
|---|---|
| pa, ku-, | to give |
| pahali, | place |
| paka, | cat(s) |
| pakia, ku-, | to load |
| pakua, ku-, | to unload |
| pale, pale pale, | there, right there on the spot |
| palipo (na) | where there is |
| pamoja, | together |
| -pana, | wide |
| panda, ku-, | to climb up, ascend |
| pandisha, ku-, | to raise, cause to go up |
| panga, ku-, | to arrange |
| panga, ma-, | big knife |
| pangusa, ku-, | to wipe |
| panya, | rat(s) |
| papai, ma-, | pawpaw(s) |
| pasipo, | without |
| pasa, ku-, | to oblige (used impersonally. see impersonal verbs p. 51) |
| pasua, ku-, | to break, to tear |
| pata, ku-, | to get |
| patana, ku-, | to agree on, get along with |
| peke, | alone (used with possessive pron. with y prefix e.g. *peke yangu,* I alone, etc....) |
| peleka, ku-, | to send |
| pembe, | horn(s); corner |
| pembeni, | in a corner; privately |
| penda, ku-, | to love, like |

| | |
|---|---|
| pewa, ku-, | to be given |
| -pi, | which? (with class prefixes; *mtu yupi, kitabu kipi, nyumba ipi,* etc....) |
| picha, | picture(s); film |
| pia, | also |
| piga, ku-, | to hit, beat *(piga ngoma, piga pasi,* etc...) |
| pigania, ku-, | to fight for *(mpigania uhuru,* freedom fighter) |
| pika, ku-, | to cook |
| pikia, ku-, | to cook for |
| pili, | secondly |
| pilipili, | pepper |
| pima, ku-, | to measure; to examine (medically) |
| pisha, ku-, | to let pass *(nipishe,* let me pass) |
| pita, ku-, | to pass |
| pokea, ku-, | to receive |
| pokewa, ku-, | to be received |
| pole pole, | slowly |
| pombe, | alcoholic drink |
| pona, ku-, | to recover, get better from illness |
| popote, | anywhere, everywhere |
| pori, porini | bush, in the bush |
| posta, | Post Office |
| potea, ku-, | to get lost |
| poteza, ku-, | to lose |
| punda, | donkey |
| punda milia, | zebra |
| punguza, ku-, | to reduce |
| pwani, | coast, at the coast |
| -pya, | new. |

# R

| | |
|---|---|
| raha, | happiness |
| rais, | president |
| rafiki, | friend (sometimes pl. *marafiki*) |

| | |
|---|---|
| rahisi, | easy, cheap |
| ramani, | map |
| rangi, | colour |
| -refu, | tall, high, long, deep |
| remba, ku-, | to decorate |
| rembua, ku-, | to disfigure |
| rubani, ma-, | pilot |
| rudi, ku-, | to come back |
| rudia, ku-, | to repeat |
| rudisha, ku-, | to give back |
| ruhusa, | permission |
| ruka, ku-, | to jump, to fly |
| rutuba, | fertility. |

## S

| | |
|---|---|
| saa, | time, hour, watch |
| saa ngapi? | what time is it? |
| saba, sabini, | seven, seventy |
| sababu, kwa-, | reason, because |
| sadiki, ku-, | to believe |
| safari, | trip, journey |
| safi, | clean |
| safiri, ku-, | to travel |
| safisha, ku-, | to clean |
| sahau, ku-, | to forget |
| saidia, ku-, | to help |
| salama, | safe, safely, (usalama, safety) |
| salamu, | greeting |
| samaki, | fish |
| samehe, ku-, | to forgive |
| sana, | very, very much |
| sanduku, ma-, | box, luggage |
| sasa, sasa hivi, | now, just now |
| sauti, | voice |
| sauti kubwa, | loud voice |
| sauti ndogo | low voice |
| sawa, sawasawa, | equal, evenly, equally, all right |
| sehemu, | part, section |
| sema, ku-, | to say |

| | |
|---|---|
| shabaha, | aim, target |
| shahada, | degree, diploma |
| shaka, ma-, | doubt(s) |
| shamba, ma-, | field(s) |
| shangaa, ku-, | to wonder |
| shanga, | beads |
| shangazi | aunt |
| shauri, ma-, | case, problem, advice, counsel |
| shida, | problem; (*ni shida,* it is a problem) |
| shika, ku-, | to catch, hold |
| shikamoo, | greeting to elder persons |
| shimo, ma-, | pit, hole |
| shinda, ku-, | 1. to overcome 2. to stay long somewhere |
| shindwa, ku-, | to be beaten, be overcome |
| shuka, ku-, | to descend |
| shusha, ku-, | to lower down, make descend |
| shule, | school(s) |
| si, | is not, are not |
| siagi, | butter |
| siasa, | politics |
| sifa, | praise, prestige |
| sifu, ku-, | to praise |
| sigara, | cigarette(s) |
| sijambo, | I am well |
| sikia, ku-, | to hear |
| sikiliza, ku-, | to listen |
| sikio, ma-, | ear(s) |
| siku, | day(s) |
| siku hizi, | these days |
| siku zote, | always |
| simama, ku-, | to stand up, stop moving |
| simamia, ku-, | to supervise |
| simulia, ku-, | to narrate |
| simba, | lion(s) |
| sina, | I have not |
| sindikiza, ku-, | to escort, accompany |
| siri, kwa siri, | secret, secretly |
| sisi, nasi, | we, with us |
| sisi wenyewe, | we ourselves |

| | |
|---|---|
| sita, | six |
| sitini, | sixty |
| sivyo, au sivyo? | not so, is it not so? |
| siyo, siyo tu, | no, not only |
| sogea, ku-, | to draw nearer |
| soko, sokoni, | market, at the market |
| soma. ku-, | to read, reading |
| somea, ku-, | to study for, to read to, for |
| starehe, | 1. comfort, ease 2. used in answer to *karibu kiti* (meaning  I am comfortable) |
| subira. | patience |
| subiri, ku-, | to wait for (patiently) |
| sukari, | sugar. |

## T

| | |
|---|---|
| taa, | lamp(s) |
| taasisi, | institute |
| tafuta, ku-, | to look for |
| taifa, ma-, | nation(s) |
| taja, ku-, | to mention |
| tajiri, ma-, | rich man |
| taka, ku-, | to want, wish |
| takataka, | rubbish |
| tambua, ku-, | to recognize, realize |
| tamka, ku-, | pronounce |
| tamko, ma-, | pronunciation |
| tandika, ku-, | to lay out, to set in order |
| tandika kitanda, | make the bed |
| tangu, | since |
| tangulia, ku-, | to go before |
| tano, | five |
| tarishi, ma-, | messenger |
| tatu, | three |
| tawala, ku-, | to rule |
| tayari, | ready |
| tazama, ku-, | to look at, to examine (medically) |
| tele, vitu tele, | plenty, a lot of things |
| tembea, ku-, | to walk |

| | |
|---|---|
| tembeza, ku-, | to advertise, to show around |
| tembo, | elephant(s) |
| tena, sema tena, | again, say it again |
| tengeneza, ku-, | to make, to repair |
| tetemeka, ku-, | to tremble |
| thamani, | woth, value |
| thelathini, | thirty |
| themanini, | eighty |
| thumuni, | 50 cents |
| tia, ku-, | to put in, to cause to enter |
| timiza, ku-, | to fulfil, complete |
| tisa, tisini, | nine, ninety |
| toa, ku-, | to give, to subtract |
| tofauti, | difference |
| toka, | to come out, from |
| tokea, ku-, | to appear |
| tope, ma-, | mud |
| tosha, ku-, | to be enough |
| tosheleza, ku-, | to satisfy |
| tua, ku-, | to land |
| tukuza, ku-, | to honour, glorify |
| tuma, ku-, | to send |
| tumaini, ku-, | to hope for |
| tumia, ku-, | to use |
| tumikia, ku-, | to serve |
| tunda, ma-, | fruit |
| tunza, ku-, | to care for |
| tu, | only |
| twiga, | giraffe(s). |

## U

| | |
|---|---|
| u-, | you (sing.) |
| ua, ma-, | flower(s) |
| Uarabuni, | in Arabia |
| ua, nyua, | courtyard, compound |
| ubaba, | fatherhood |
| ubaguzi, | discrimination |
| ubao, mbao, | timber |
| ubavu, mbavu, | rib(s) |
| ubaya, | wickedness |

| | |
|---|---|
| ubeberu, | imperialism |
| uchaguzi, | election |
| uchunguzi, | investigation |
| udevu, ndevu | beard |
| udogo, | smallness |
| udongo, | earth, soil |
| uenezaji, | spreading |
| ufagio, fagio, | broom(s) |
| ufanisi, | success |
| ufundi, | skill, know how |
| ufupi, | brevity |
| ugonjwa, ma-, | disease(s) |
| ugomvi, ma-, | quarrel(s) |
| uhodari, | bravery, skill |
| uhuru, | freedom |
| Uingereza, | England |
| ujanja, | cleverness, cunning |
| Ujerumani, | Germany |
| ujenzi, | building |
| ujinga, | folly |
| ujirani, | neighbourhood |
| ukoloni, | colonialism |
| ukubwa, | greatness, size |
| ukungu, | fog |
| ukuta, kuta, | wall(s) |
| Ulaya, | Europe |
| ulevi, | drunkenness |
| ulimwengu, | universe |
| uliza, ku-, | to ask, enquire |
| uma, nyuma, | fork(s) |
| uma, ku-, | 1. to bite 2. to give pain |
| umeme, | electricity |
| umia, ku-, | to get hurt |
| umiza, ku-, | to hurt, injure |
| umoja, | unity |
| umri, | age |
| unga, | flour |
| uwongo, | lie |
| upate, | so that you may get (special form of subjunctive) |
| upepo, pepo, | wind(s) |

| | |
|---|---|
| upesi, | quickly |
| urefu, | length, height, depth |
| usawa, | equality |
| ushanga, | bead |
| ushirikiano, | cooperation |
| usiku, | night, at night |
| usiku wa manane, | dead hours |
| usingizi, | sleep *(yuko usingizini,* he is fast asleep) |
| uso, nyuso, | face(s) |
| utalii, | tourism *(mtalii,* wa-,tourist) |
| utelezi, | slippery *(kuteleza,* to slip) |
| utoto, | childhood, childishness |
| utu, | human dignity |
| utumwa, | slavery *(utumwani,* in slavery; *mtumwa,* wa-, slave) |
| uza, ku-, | to sell |
| uzee, | old age; *mzee,* wa-, old man |
| uzi, nyuzi, | thread(s) |
| uzuri, | beauty. |

## V

| | |
|---|---|
| vaa, ku-, | to wear (clothes) |
| valisha, ku-, | to dress someone *(vika* is more common) |
| vibaya, | badly, wickedly |
| vivyo hivyo, | in the like manner, likewise |
| vizuri, | well, well done! |
| vua, ku-, | to undress |
| vuna, ku-, | to harvest *(mavuno,* harvest). |
| vunja, ku-, | to break something |
| vunjika, ku-, | to break, be broken |
| vuma, ku-, | be well known, notorious |
| vuta, ku-, | 1. to pull 2. to smoke. |

## W

| | |
|---|---|
| wa, ku-, | to be |
| wahi, ku-, | to be in time |
| wajibu, | duty |

| | |
|---|---|
| wakati, ny-, | time |
| wala, | nor |
| wale, | those |
| wali, | rice |
| wao, | they |
| wapi? | where? |
| washa, ku-, | to light (fire, start a car etc...) |
| wavu, ny-, | net (fishing) |
| wazi, wazi wazi, | clear, open |
| waziri, ma-, | minister(s) |
| weka, ku-, | to put |
| wema, | kindness, goodness |
| wenzi, | companions (sing. *mwenzi*) |
| weza, ku-, | to be able, can |
| wezekana, ku-, | be possible |
| wezi, | thieves (sing. *mwizi*) |
| wewe, | you (sing.) |
| -wili, | two (e.g. *watu wawili*, two people) |
| wimbo, ny-, | song(s). |
| wingu, ma-, | cloud(s) |
| wino, kwa wino, | ink, in ink |
| winda, ku-, | to hunt |
| wizara, | ministry |
| wizi, | theft |
| woga, | fear. |

## Y

| | |
|---|---|
| yai, ma-, | egg(s) |
| yeye, | he, she |
| yuko, wako, | he, she is present, they are present |
| yupi, | which one? *(mtu yupi?* which man? |

## Z

| | |
|---|---|
| zaa, ku-, zaliwa, ku-, | to bear (children) |
| | to be born |
| zaidi ya, | more than |
| zama, ku-, | to sink |
| zamani, | formerly, in the past |

| | |
|---|---|
| zamisha, ku-, | to cause to sink |
| zawadi, | gift, present(s) |
| zidi, ku-, | to do all the more, continue, increase |
| zima, ku-, | to extinguish |
| -zima, | whole, alive |
| -zito, | heavy |
| zoea, ku-, | to be used to |
| zoezi, ma-, | exercise(s) |
| zuia, ku-, | to prevent |
| zunguka, ku-, | to go round |
| -zuri, | nice, pretty. |

## ENGLISH — SWAHILI VOCABULARY
### (WORDS USED IN THE EXERCISE)

**A**

| | |
|---|---|
| again, | tena. |
| age, | umri. |
| agree, | kubali, ku-. |
| also, | pia, vile vile. |
| and, | na. |
| answer, | jibu. |
| are, | ni. |
| at home, | nyumbani. |
| at school, | shuleni. |

**B**

| | |
|---|---|
| bad, | baya. |
| banana, | ndizi. |
| beautiful, | -zuri. |
| bed, | kitanda, vi-. |
| better, | bora (kuliko, -zuri kuliko). |
| big, | -kubwa. |
| bit, a bit, | kidogo. |
| body, | mwili, mi-. |
| book, | kitabu, vi-. |
| bother, | sumbua, ku-. |
| bottle, | chupa. |

| | |
|---|---|
| box, | sanduku, ma-. |
| brave, | hodari. |
| bread, | mkate, mi-. |
| broad, | -pana. |
| bring, | leta, ku-. |
| but, | lakini. |
| by, | kwa, na. |

## C

| | |
|---|---|
| child, | mtoto, wa-. |
| city, | mji, mi-. |
| clean, | safi. |
| coconut, | nazi (pl.) nazi. |
| come, | ja, ku-. |
| come back, | rudi, ku-. |
| cook, | mpishi, wa-, pika, ku-. |
| cover, | funika, ku-. |

## D

| | |
|---|---|
| day, | siku. |
| day before yesterday, | juzi. |
| day after tomorrow, | kesho kutwa. |
| today, | leo. |
| difficult, | -gumu. |
| disease, | ugonjwa, ma-. |
| dress, | nguo. |
| dog, | mbwa. |
| door, | mlango, mi-. |

## E

| | |
|---|---|
| each, each other, | kila; -na (attached to the end of the verb, e.g. to like each other, kupendana). |
| ear, | sikio, ma-. |
| easy, | rahisi. |
| eat, | la, ku-. |
| electricity, | umeme. |
| every, | kila. |
| everyday, | kila siku. |

| | |
|---|---|
| everybody, | kila mtu. |
| everywhere, | popote, kila pahali. |
| eye, | jicho, macho. |
| excellent, | bora. |

**F**

| | |
|---|---|
| face, | uso, nyuso. |
| few, | -chache. |
| field, | shamba, ma-. |
| flour, | unga. |
| flower, | ua, ma-. |
| food, | chakula, vya-. |
| forbid, | kataza, ku-. |
| friend, | rafiki (occasionally pl. marafiki). |

**G**

| | |
|---|---|
| girl, | msichana, wa-. |
| go, | enda, ku-. |
| good, | -zuri. |
| goodbye, | kwa heri. |
| grass, | majani. |
| great, | -kubwa. |
| greet, | amkia. |
| guest, | mgeni, wa-. |

**H**

| | |
|---|---|
| have, | kuwa na. |
| has, | ana. |
| hard, | -gumu. |
| hear, | sikia, ku-. |
| here, | hapa. |
| high, | -refu. |
| his, | -ake. |
| home, at-, | nyumbani. |
| hour, | saa. |
| house, | nyumba. |
| how? | -je? (suffixed to verbs) |
| how much, | kiasi gani? |
| how many, | -ngapi? |
| humanity, | -utu. |
| husband, | mume, wa-. |

| | |
|---|---|
| ill, | **I** |
| | mgonjwa, wa-. |
| important, | muhimu. |
| it is, | ni. |
| it is not, | si. |

| | |
|---|---|
| | **J** |
| joy, | furaha. |
| just now, | sasa hivi. |

| | |
|---|---|
| | **K** |
| kind, | -ema. |
| know, | jua, ku-. |

| | |
|---|---|
| | **L** |
| language, | lugha. |
| laugh, | cheka, ku-. |
| learn, | jifunza, ku-. |
| letter, | barua. |
| light (n), | mwanga, -epesi. |
| like, | penda, ku-, kama. |
| little, | -dogo, a little, kidogo. |
| loaf, | mkate, mi-. |
| long, | -refu. |
| loss, | hasara. |
| love, | penda, ku-. |

| | |
|---|---|
| | **M** |
| make, | fanya, ku-. |
| man, | mtu, wa-. |
| many, | -ingi. |
| matter, | jambo, mambo. |
| meat, | nyama. |
| milk, | maziwa. |
| money, | fedha. |
| morning, | asubuhi; *this morning*, leo asubuhi. |
| mother, | mama. |
| mountain, | mlima, mi-. |

| | |
|---|---|
| must, | lazima. |

**N**

| | |
|---|---|
| name, | jina, ma-. |
| necessary, | lazima. |
| new, | -pya. |
| news, | habari. |
| nice, | -zuri. |

**O**

| | |
|---|---|
| old man, | mzee, wa-. |
| often, | mara nyingi. |
| or, | au. |
| our, | -etu. |

**P**

| | |
|---|---|
| patient, | mgonjwa, wa-. |
| pencil, | kalamu. |
| place, | pahali. |
| play, | cheza, ku-. |
| possible, it is-, | inawezekana. |
| potato, | kiazi, vi-. |
| profit, | faida. |

**Q**

| | |
|---|---|
| quarrel, | gombana, ku-; ugomvi, ma-. |
| question, | swali, ma-. |
| quickly, | upesi. |

**R**

| | |
|---|---|
| rain (n), | mvua. |
| rain (v) | nyesha, ku-. |
| read, reading, | kusoma. |
| river, | mto, mi-. |
| room, | chumba, vy-. |

**S**

| | |
|---|---|
| sad, | -enye huzuni. |

| | |
|---|---|
| sadness, | huzuni, uchungu. |
| safe, | salama. |
| safety, | usalama. |
| salt, | chumvi. |
| say, | sema, ku-. |
| school, at-, | shule, shuleni. |
| see, | ona, ku-. |
| separate, | tenga, ku-. |
| shame, | haya. |
| sharp, | kali. |
| she, | yeye (mwanamke). |
| shop, | duka, ma-. |
| short, | -fupi. |
| sick, | mgonjwa, wa-. |
| simple, | rahisi. |
| sing, | imba, ku-. |
| song, | wimbo, nyimbo. |
| stone, | jiwe, mawe. |
| speak, | ongea, ku-. |
| strong, | -enye nguvu. |
| strength, | nguvu. |
| sweet, | -tamu. |
| swim, | -ogelea, ku-. |

**T**

| | |
|---|---|
| table, on the, | meza, mezani. |
| tall, | -refu. |
| tea, | chai. |
| teacher, | mwalimu, wa-. |
| teeth, | (see *tooth*) meno. |
| than, | kuliko. |
| theft, | wizi. |
| their, | -ao. |
| thief, | mwizi, wezi. |
| thing, | kitu, vi-. |
| tomorrow, | kesho. |
| too, | pia. |
| too much, | mno. |
| tooth, teeth, | jino, meno. |
| town, | mji, mi-. |

| | |
|---|---|
| trouble, | shida, taabu. |
| two, | mbili. |

**U**

| | |
|---|---|
| unity, | umoja. |
| universe, | ulimwengu. |

**V**

| | |
|---|---|
| various, | mbalimbali. |
| very, | sana. |

**W**

| | |
|---|---|
| wall, | ukuta, kuta. |
| what? | nini? |
| when. | lini? |
| where? | wapi? |
| which? | -pi? gani? |
| why? | kwa nini? |
| want, | taka, ku-. |
| water, | maji. |
| way, | njia. |
| who? whose? | nani? -a nani. |
| wife, | mke, wa-. |
| will (future), | -ta. |
| without, | bila. |
| woman, | mwanamke, wanawake. |
| wonder, | ajabu, maajabu. |
| work, | kazi. |
| world, in the | dunia, duniani. |
| write, | andika. |
| write each other, | andikiana. |

**Y**

| | |
|---|---|
| yes, | ndiyo. |
| yesterday, | jana. |
| you, | wewe. |
| youth, | ujana. |

zeal,                                    bidii; *with zeal,* kwa bidii.


## SWAHILI NOUNS ARRANGED ACCORDING TO THEIR NOMINAL PREFIXES*

### M — WA CLASS

| | |
|---|---|
| mchawi, | witch doctor. |
| mchungaji, | pastor, shepherd. |
| mganga, | doctor. |
| mgeni, | guest, stranger. |
| mgonjwa, | sick person. |
| mjinga, | fool. |
| mjomba, | uncle (mother's brother). |
| mke, | wife. |
| mkulima, | farmer, peasant. |
| mlevi, | drunkard. |
| mpishi, | cook. |
| msimamizi, | supervisor, overseer. |
| mtoto, | child. |
| mtu, | man, person. |
| mtumishi, | servant. |
| mtumwa, | slave. |
| mume, | husband. |
| mzee, | old man. |
| Mzungu, | European. |

### MW — WA CLASS

| | |
|---|---|
| mwalimu, | teacher. |
| mwana, | son, daughter. |
| mwanafunzi, | pupil, student. |
| mwanahewa, | airman. |
| mwanamaji, | sailor. |
| mwanasiasa, | politician. |
| mwanamke, | woman (pl. *wanawake*). |
| mwanaume, | man (pl. *waume*). |
| Mwarabu, | Arab. |

*(Only irregular plural forms are given)*

| | |
|---|---|
| mwananchi, | citizen. |
| mwenyeji, | 1. native 2. host (pl. wenyeji). |
| mwenzi, | companion (pl. wenzi). |
| mwimbaji, | singer (pl. waimbaji). |
| mwizi, | thief (pl. wezi). |
| mwongo, | liar (pl. waongo). |

## M — MI CLASS

| | |
|---|---|
| mchanga, | sand (pl. michanga not used). |
| mche, | young plant, seedling. |
| mchele, | rice (uncooked). |
| mchezo, | play, game. |
| mchuzi, | gravy, sauce. |
| mfereji, | drain, channel, canal. |
| mfugo, | domestic animal. |
| mfuko, | bag, pocket. |
| mfupa, | bone. |
| mguu, | leg, foot. |
| mji, | town, city. |
| mkasi, | scissors. |
| mkate, | bread. |
| mkeka, | mat. |
| mkia, | tail. |
| mkono, | hand, arm. |
| mkuki, | spear. |
| mkutano, | meeting. |
| mlango, | door. |
| mlima, | mountain. |
| mmea, | plant. |
| moshi, | smoke. |
| moto, | fire. |
| moyo, | heart. |
| mpaka, | 1. frontier, boundary 2. until. |
| mpango, | plan, arrangement. |
| msaada, | help. |
| mshahara, | salary. |
| mshale, | arrow. |
| msiba, | calamity. |

| | |
|---|---|
| msikiti, | mosque. |
| msingi, | foundation. |
| mstari, | line. |
| msitu, | forest. |
| msumari, | nail. |
| msameno, | saw. |
| mtaa, | section of a town. |
| mtama, | millet. |
| mtambo, | machine with spring action. |
| mtego, | trap. |
| mtelemko, | slope. |
| mtihani, | examination. |
| mti, | tree. |
| mto, | 1. river 2. pillow. |
| mtumbwi, | dhow. |
| mhogo, | cassava. |
| mwaka, | year. |
| mwanzo, | beginning. |
| mwendo, | conduct. |
| mwezi, | month. |
| mwiba, | thorn. |
| mwisho, | end. |
| mzinga, | beehive, cannon. |
| mzigo, | load. |
| mzizi, | root. |

## MA CLASS

| | |
|---|---|
| fungu, | heap, portion. |
| gari, | car. |
| gogo, | log. |
| gugu, | weed. |
| gunia, | sack, bag. |
| gurudumu, | wheel. |
| ini, | liver. |
| jambo (mambo), | matter, affair. |
| jangwa, | desert. |
| jani, | leaf. |
| jembe, | hoe. |
| jengo, | building |

| | |
|---|---|
| jeshi, | army. |
| jibu, | answer. |
| jicho (macho), | eye. |
| jiko (meko), | kitchen. |
| | |
| jina, | name. |
| jino (meno), | tooth. |
| jipu, | boil. |
| jiwe (mawe), | stone. |
| jogoo, | cock. |
| joka, | huge snake; dragon. |
| jongoo, | millipede. |
| juha, | simpleton. |
| juma, | week. |
| jumba, | mansion. |
| kaa, | coal, ember. |
| karani, | clerk. |
| kopo, | can. |
| kosa, | error, mistake. |
| koti, | coat. |
| kovu, | scar. |
| kundi, | flock, crowd. |
| limau, | lemon. |
| shati, | shirt. |
| nanasi, | pineapple. |
| neno, | word. |
| papai, | pawpaw. |
| pigano, | battle, fight. |
| pigo, | blow, beat. |
| pori, | wilderness. |
| sanduku, | box. |
| shaka, | doubt. |
| shamba, | field. |
| sharti, | condition. |
| shati, | shirt. |
| shauri, | advice, counsel. |
| shimo, | hole, pit. |
| shina, | trunk, root. |
| shoka, | axe. |
| sikio, | ear. |
| soko, | market. |

| | |
|---|---|
| tajiri, | rich man. |
| tako, | buttock. |
| tawi, | branch. |
| tofali, | brick. |
| tumbo, | stomach. |
| tunda, | fruit. |
| tundu, | hole (in a wall, etc.). |
| ua, | flower. |
| wingu, | cloud. |
| yai, | egg. |
| zao, | crop. |
| ziwa, | lake. |

# NOUNS USED IN THE PLURAL ONLY
## MA — CLASS

| | |
|---|---|
| maarifa, | experience, knowledge. |
| maendeleo, | progress, development. |
| mafuta, | oil. |
| mahudhurio, | attendance. |
| mahindi, | maize. |
| maisha, | life, livelihood. |
| maji, | water. |
| majivu, | ashes. |
| majonzi, | grief. |
| malisho, | pasture. |
| manukato, | perfume. |
| manung'uniko, | grumbling. |
| mapatano, | agreement. |
| matata, | trouble. |
| mate, | saliva. |
| mateka, | prisoner(s) of war. |
| mauti | death. |
| mavi, | excrement. |
| mazao, | crops. |
| maziwa, | milk. |
| mazungumzo, | talk, conversation. |

| | |
|---|---|
| **kiasi,** | measure. |
| kiatu, | shoe. |
| kiazi, | potato. |
| kibanda, | shed; hut. |
| kiberiti, | match-box. |
| kiboko, | hippo; whip. |
| kichaa, | madness. |
| kichwa, | head. |
| kidole, | finger. |
| kidonge, | tablet, pill. |
| kifaru, | rhino. |
| kijana, | young man. |
| kijiko, | spoon. |
| kikapu, | basket. |
| kiko, | smoking pipe. |
| kikombe, | cup. |
| kilimo, | agriculture. |
| kinu, | mortar, mill. |
| kinyozi, | barber. |
| kioo, | glass, mirror. |
| kipande, | piece. |
| kipofu, | blind person. |
| kiraka, | patch. |
| kisahani, | saucer. |
| kisiwa, | island. |
| kisu, | knife. |
| kitambaa, | cloth. |
| kitabu, | book. |
| kitanda, | bed. |
| kitendo, | deed, action. |
| kiti, | chair. |
| kitu, | thing, matter. |
| kitunguu, | onion. |
| kivuli, | shade, shadow. |
| kiwanda, | workshop. |
| kiwanja, | plot (of ground). |
| kizibo, | stopper. |
| kiziwi, | deaf person. |

When appearing before a vowel, *ki* becomes *ch,* and *vi* becomes *vy:*

| | |
|---|---|
| chakula (vyakula), | food. |
| chama (vyama), | association, party. |
| chandalua (vyandalua), | mosquito net. |
| cheo (vyeo), | rank, social position. |
| chombo (vyombo), | vessel (of any kind). |
| chongo, | one eyed person. |
| chuma (vyuma), | iron. |
| chumba (vyumba), | room. |
| chungu (vyunga), | earthenware pots. |

## N CLASS

| | |
|---|---|
| adabu, | manners. |
| adhabu, | punishment. |
| adui, | enemy. |
| afisi, | office. |
| afya, | health. |
| ahadi, | promise. |
| aibu, | shame. |
| aina, | kind, sort. |
| akiba, | savings. |
| akili, | intelligence. |
| alama, | mark, sign. |
| amani, | peace. |
| amri, | command. |
| ardhi, | earth. |
| asali, | honey. |
| asili, | origin. |
| askari, | soldier. |
| asubuhi, | morning. |
| baba, | father. |
| babu, | grandfather. |
| bahari, | ocean. |
| bahasha, | envelope. |
| bahati, | luck. |
| bakuli, | basin; bowl. |
| bandari, | port. |
| barabara, | road. |

| | |
|---|---|
| barafu, | ice. |
| baraka, | blessing. |
| baridi, | cold. |
| barua, | letter. |
| bei, | price. |
| bendera, | flag. |
| biashara, | business. |
| bidii, | effort. |
| binti, | daughter. |
| bunduki, | gun. |
| chai, | tea. |
| chapa, | 1. print 2. brand. |
| chemchem, | spring (water). |
| chokaa, | whitewash, lime. |
| chui, | leopard. |
| chumvi, | salt. |
| chupa, | bottle. |
| dakika, | minute. |
| damu, | blood. |
| daraja, | bridge. |
| dawa, | medicine. |
| debe, | tin (container). |
| desturi, | custom. |
| dhahabu, | gold. |
| dhambi, | sin. |
| dhamira, | conscience. |
| dini, | religion. |
| dunia, | world. |
| elimu, | education. |
| fadhili, | favour. |
| faida, | profit. |
| farasi, | horse. |
| fedha, | money. |
| fimbo, | walking stick. |
| fisi, | hyena. |
| fitina, | malicious intrigue. |
| fujo, | confusion. |
| fulani, | a certain person. |
| furaha, | joy; pleasure. |
| gari, | car (also in *MA*/class). |
| gereza, | prison. |

| | |
|---|---|
| giza, | darkness. |
| habari, | news. |
| hadithi, | story. |
| haki, | justice. |
| hali, | condition, state. |
| haraka, | haste. |
| harufu, | smell. |
| hasara, | loss. |
| hasira, | anger. |
| hatari, | danger. |
| hatua, | step. |
| haya, | shame, shyness. |
| hema, | tent. |
| heri, | happiness. |
| hesabu, | arithmetic; sum. |
| heshima, | honour. |
| hewa, | air. |
| hisani, | kindness. |
| hofu, | fear. |
| huruma, | mercy. |
| idadi, | number. |
| inzi, | fly. |
| jamaa, | family. |
| jana, | yesterday. |
| jasho, | sweat. |
| jinsi, | sort, kind. |
| jioni, | evening. |
| juzi, | day before yesterday. |
| kahawa, | coffee. |
| kaka, | elder brother. |
| kalamu, | pen, pencil. |
| kamba, | rope. |
| karamu, | feast, banquet. |
| karatasi, | paper. |
| kazi, | work. |
| kelele, | noise. |
| kengele, | bell. |
| kesho, | tomorrow. |
| kiu, | thirst. |
| kodi, | tax. |
| kofia, | hat, cap. |

| | |
|---|---|
| kufuli, | padlock. |
| kuku, | hen, chicken. |
| kutu, | rust. |
| maana, | meaning. |
| mali, | wealth. |
| mama, | mother. |
| mamba, | crocodile. |
| mara, | times (X). |
| mashini, | machine. |
| mashua, | boat. |
| maskini, | poor person. |
| mbegu, | seed. |
| mboga, | vegetable. |
| mbu, | mosquito. |
| mbwa, | dog. |
| mchwa, | ant (usually white ant). |
| meli, | ship. |
| meza, | table. |
| milki, | kingdom. |
| mvi, | gray hair. |
| mvua, | rain. |
| nafasi, | opportunity; space. |
| namna, | sort; kind. |
| nauli, | fare. |
| nazi, | coconut. |
| ncha, | point. |
| nchi, | country. |
| ndege, | 1. bird. 2. aircraft. |
| ndimu, | lime (fruit). |
| ndizi, | banana. |
| ndoo, | bucket. |
| ndugu, | relative. |
| ndui, | smallpox. |
| ng'ambo, | yonder; overseas. |
| ngano, | wheat. |
| ngazi, | ladder. |
| nge, | scorpion. |
| ngoma, | drum; dance. |
| ng'ombe, | cow, cattle. |
| ngozi, | skin. |
| nguo, | clothes. |

| | |
|---|---|
| ngurumo, | growl, roaring, thunder. |
| nguruwe, | pig. |
| nguvu, | strength. |
| nguzo, | pillar. |
| nia, | intention. |
| njaa, | hunger, famine. |
| njia, | way. |
| njiani, | on the way. |
| njia-panda, | crossroad. |
| nta, | beeswax. |
| nusu, | half. |
| nyama, | meat. |
| nyani, | monkey. |
| nyika, | wilderness. |
| nyoka, | snake. |
| nyuki, | bee. |
| nyuma, | behind. |
| nyumba, | house. |
| nyundo, | hammer. |
| nzige, | locust. |
| orodha, | list. |
| paka, | cat. |
| pamba, | cotton. |
| panga, | matchet. |
| panya, | rat. |
| pasi, | iron (for smoothing clothes). |
| pembe, | 1. horn 2. corner. |
| pesa, | money. |
| pete, | ring. |
| picha, | picture. |
| pikipiki, | motor-cycle. |
| pilipili, | pepper. |
| pombe, | alcoholic drink. |
| posho, | ration. |
| pua, | nose. |
| pumzi, | breath. |
| punda, | donkey. |
| punda milia, | zebra. |
| pwani, | coast, shore |
| radhi, | pardon. |
| radi, | thunder. |

| | |
|---|---|
| rafiki, | friend. |
| raia, | citizen. |
| ramani, | map. |
| rangi, | colour. |
| risasi, | bullet. |
| robo, | quarter. |
| roho, | soul. |
| ruhusa, | permission. |
| saa, | hour, watch; clock. |
| sababu, | cause. |
| sabuni, | soap. |
| safari, | trip, voyage. |
| sahani, | plate. |
| sakafu, | floor. |
| salamu, | greeting. |
| samaki, | fish. |
| sanduku, | box, case. |
| sauti, | voice. |
| sehemu, | section, part. |
| senti, | cent. |
| serikali, | government. |
| shabaha, | aim. |
| sheria, | law. |
| shida, | problem. |
| siafu, | driver ant. |
| siagi, | butter. |
| siasa, | politics. |
| sifa, | praise, qualification. |
| sigara, | cigarette. |
| siku, | day. |
| simba, | lion. |
| simu, | telephone, telegram. |
| siri, | secret. |
| sukari, | sugar. |
| sungura, | hare. |
| suruali, | trousers. |
| sululu, | pick-axe. |
| supu, | soup. |
| suti, | suit. |
| swala, | gazelle. |

| | |
|---|---|
| taa, | lamp. |
| taabu, | trouble. |
| tabia, | character. |
| takataka, | rubbish, refuse. |
| tai, | 1. vulture 2. necktie. |
| tarehe, | date. |
| tembo, | elephant. |
| tende, | date (fruit). |
| thamani, | value. |
| tikiti, | ticket. |
| tofauti, | difference. |
| tumbaku, | tobacco. |
| tumbili, | monkey. |
| tupa, | file (for metal). |
| twiga, | giraffe. |
| vita, | war. |
| wasaa, | opportunity. |
| wiki, | week. |
| zamu, | turn, shift. |
| zawadi, | present. |

## U — CLASS
### Nouns with plurals

| | |
|---|---|
| ua (nyua), | compound. |
| ubao (mbao), | timber. |
| ubavu (mbavu), | rib. |
| ubawa (mbawa), | wing. |
| udevu (ndevu), | beard. |
| ufa (nyufa), | crack. |
| ufagio (fagio) | broom. |
| ufunguo (funguo), | key. |
| ukucha (kucha), | finger-nail. |
| ukuta (kuta), | wall. |
| ulimi (ndimi), | tongue. |
| uma (nyuma), | fork. |
| upande (pande), | side. |
| upepo (pepo), | wind. |
| ushanga (shanga), | bead. |
| uso (nyuso), | face. |
| wembe (nyembe), | razor. |

wimbo (nyimbo),                  song.


                    *Nouns used only in the singular*

| | |
|---|---|
| uangalifu, | carefulness; care. |
| ubaya, | wickedness. |
| uchache, | scarcity. |
| uchaguzi, | election. |
| uchawi, | witchcraft. |
| uchumi, | economy. |
| udhaifu, | weakness. |
| udogo, | smallness. |
| Ufaransa, | France. |
| ufundi, | skill. |
| ugali. | thick porridge. |
| uhalifu, | lawlessness. |
| uharibifu, | destruction. |
| uhuru, | freedom. |
| Uingereza, | England. |
| uino (wino), | youth. |
| ujamaa, | socialism. |
| ujana, | youth. |
| ujanja, | cunning. |
| Ujerumani (Udachi), | Germany. |
| uji, | gruel. |
| ujinga, | folly. |
| ukali, | fierceness, severity. |
| | |
| ukanda, | belt. |
| ukoloni | colonialism. |
| ukubwa, | size; greatness. |
| Ulaya, | Europe. |
| ulevi, | drunkenness. |
| ulimwengu, | universe. |
| ulinzi, | defence, care. |
| umoja, | unity. |
| umri, | age. |
| unga, | flour. |
| Unguja, | Zanzibar. |
| unyonge, | weakness. |

| | |
|---|---|
| **unyonyaji,** | exploitation. |
| **uongo,** | lie. |
| **uongozi,** | leadership. |
| **upole,** | gentleness. |
| **upya,** | newness. |
| **urefu,** | length, height, depth. |
| **usahaulifu,** | forgetfulness. |
| **usawa,** | equality. |
| **useremala,** | carpentry. |
| **ushindi,** | victory. |
| **usiku,** | night, at night. |
| **usingizi,** | sleep. |
| **utajiri,** | wealth, riches. |
| **utamu,** | sweetness. |
| **utii,** | obedience. |
| **utoto,** | childhood, childishness. |
| **utu,** | human dignity; humanity. |
| **uvivu,** | laziness. |
| **uzazi,** | childbirth, fertility. |
| **uzee,** | old age. |
| **uzuri,** | beauty. |

## PA — CLASS

| | |
|---|---|
| **pahali,** | place(s) e.g. pahali pengi, many place(s). |
| **mahali,** | place(s). |

Printed by National Printing Company Limited
P.O. Box 2320, Dar es Salaam